நினைக்கப்படும்

(நாடகம்)

D1680308

ஜெயந்தன்

டிஸ்கவரி பப்ளிகேஷன்ஸ்
எண்: 9, பிளாட் எண்: 1080A, ரோஹிணி பிளாட்ஸ்
முனுசாமி சாலை, கே.கே.நகர் மேற்கு,
சென்னை - 600 078. பேச: 99404 46650

வெளியீட்டு எண்: 0235

நினைக்கப்படும் *(நாடகம்),* ஜெயந்தன்
NINAIKKAPPADUM (Drama), **Jeyandhan**
Copyrights: **Seeralan Jeyandhan**©
First Edition : Mar - 2021
Second Edition: Feb - 2023
ISBN: 978-93-89857-66-5
Pages: 80
Rs.110

Publisher •	*Sales Rights*
Discovery Publications No. 9, Plot,1080A, Rohini Flats, Munusamy Salai, K.K.Nagar West, Chennai - 78. Tamilnadu, India. Mobile: +91 99404 46650	**Discovery Book Palace (P) Ltd** No. 1055-B, Munusamy Salai, K.K.Nagar West, Chennai-600 078. Ph: (044) 4855 7525 Mobile: +91 87545 07070

discoverybookpalace@gmail.com / www.discoverybookpalace.com

இந்த நூலில் பிரசுரமாகியுள்ள எந்த ஒரு பகுதியையும் எழுத்துபூர்வமான முன்அனுமதி பெறாமல் எடுத்தாள்வதோ, மறுபிரசுரம் செய்வதோ, மொழியாக்கம் செய்வதோ, ஊடகங்களில் மறுபதிப்புச் செய்வதோ, காப்புரிமைச் சட்டப்படி தடை செய்யப்பட்டுள்ளது. இந்த நூலிலிருந்து சில பகுதிகளை மேற்கோள்காட்டி நூல்அறிமுகம் செய்யலாம்.

உங்கள் மொபைல் போனிலிருந்து ஸ்கேன் செய்து 'டிஸ்கவரி புக் பேலஸ்' மொபைல் ஆப்பை டவுன்லோடு செய்து, புத்தகங்களை வாங்குங்கள்.

ஜெயந்தன் நாடகங்கள் என்றும் நினைக்கப்படும்

ஜெயந்தன் நாடகங்களின் முழுத் தொகுப்பு, 2000ஆம் ஆண்டில் ராஜராஜன் பதிப்பகம் வெளியிட்டபோது வெங்கட்சாமிநாதன் எழுதிய முன்னுரையிலிருந்து...

ஏழு தலைப்புகளில் ஜெயந்தன் எழுதிய நாடகங்கள் என் முன். ஏழு தலைப்புகள் என்றால், இவற்றில் சில சிறிய காட்சிகள், ஓரங்கங்கள் என ஒரு கொத்தாக ஒரு தலைப்பில் கொடுக்கப்பட்டுள்ளன. பல, ஒன்றுக்கொன்று தொடர்பில்லாத, ஆனால் ஏதோ ஒரு பார்வையில் ஒன்றுபடும் வேறுபட்ட கதைகளாக, சம்பவங்களாக, காட்சிகளாக தொகுக்கப்பட்டவை. இவை சுமார் 2025 வருட கால நீட்சியில், அவ்வப்போது எழுதப்பட்டவை. ஒரு யூகத்தில் எழுபதுகளிலிருந்து தொண்ணூறுகளில் ஏதோ ஒரு வருடம் வரை எழுதப்பட்டவை எனக் கொள்ளலாம்.

எழுபதுக்களின் தமிழ் இலக்கியச் சூழல் ஒரு சிலரை நாடகம் எழுதத் தூண்டியிருக்கிறது. அத்தகைய தொடக்கத் திலிருந்துதான் ‘நினைக்கப்படும்’ தலைப்பிலான ஐந்து தனித்தனிக் காட்சிகள் எழுதப்பட்டுள்ளன என நினைக்கிறேன். இவற்றில் ஒன்றிரண்டை நான் குமுதம் இதழில் படித்த ஞாபகம் இருக்கிறது. இதுதான் ஜெயந்தனுடன் எனக்கு முதல் பரிச்சயம். விடுமுறையில் வந்திருந்த நான் எஸ்.ராமானுஜத்துடன் காந்திகிராமம் செல்லவிருந்த சமயத்தில் ஜெயந்தனுடன் அறிமுகம் எனக்குக் கிடைத்தது. மு.ராமசாமியுடனும்கூட. அப்போது அவர்கள் ராமானுஜத்திடம் கொண்டிருந்த பெருமதிப்பை நான் உணர முடிந்தது. அந்நாட்களில் அச்சூழலுக்கு விதையூன்றியவர் ராமானுஜம் என்று சொல்ல வேண்டும்.

ஜெயந்தன் எழுதிவந்திருக்கிறார். 90களிலும் அவர் நாடகம் எழுதியிருக்கிறார். மகிழ்ச்சியாக இருக்கிறது. துளிகள்தான் பெருவெள்ளமாகும், சரி. வாதுக்குச் சொல்வது சரிதான். ஒருசில துளிகள் பெருவெள்ளமாகாதே! ஆயினும் இந்த நவீன நாடகக்காரர்களின் கோமாளித் தனத்தோடு சேராமல் அவரும் காந்திகிராம நாடகப் பட்டறையிலிருந்து வெளிவந்தவர்தான். ஆனாலும் அவர் ஆரம்பங்கள், அவரது நாடக ஆர்வம் அதற்கும் முந்தியது. பால்யகாலத்திலிருந்து துளிர்விட்டு வளர்ந்தது. அவர் நாடகங்கள் எதுவும் முழுநீள நாடகமில்லை. சம்பிரதாய 3 அங்க 5 அங்கங்கள் கொண்டதல்ல. ஆனால், தனக்குத் தோன்றியதை எழுதியிருக்கிறார். எந்த வடிவில், எவ்வளவு அங்கங்களில் காட்சிகளாக வரும் என்பது பற்றி முன் தீர்மானங்கள் இல்லாது அவற்றின் அவசியத்தை மீறி குறுக்காமல், நீட்டாமல் எழுதப்பட்டுவரும் இயல்பில் எழுதியிருக்கிறார்.

இவரது நாடகங்கள் பல வகைப்பட்டவை. சில மேடையின் சாத்தியங்களை விஸ்தரிப்பவை, விஸ்தரிக்கத் தூண்டுபவை. தான் பார்த்த நாடகங்களின் வடிவங்கள் அரங்க விஸ்தாரங்கள் நடிகர்களின் வெளிப்பாடுகள் இவற்றைக் கவனித்துவரும் நாடகாசிரியனாகவே அவர் இருந்திருக்கிறார். ஒரு காட்சி, பசுமலையில் பரந்த வெளியில் மலையையும் உள்ளடக்கிய வெளியை நாடக அரங்கமாக விஸ்தரித்துக் கண்டதை தன் நாடகத்திலும் இந்த விஸ்தாரத்தைப் புகுத்த ஆசை. இப்படி ஒருத்தர் ராமாயணத்தை அரங்கேற்றிக் காட்டினார் டெல்லியில். டெல்லி தவிர வேறு எங்கும் அது மேடையேறியதா தெரியாது. ஒவ்வொரு காட்சியும் ஒவ்வொரு தூரத்தில் நிகழும். பார்வையாளடர்கள் இருக்கைகள் ரயில்தண்டவாளப் பெட்டிகள் போல நகர்ந்து செல்லும். இது ஒரு கோமாளிக் கூத்து, வாரணாசியில், ராமாயணம் ஒவ்வொரு நாள் ஒவ்வொரு இடத்தில் நடக்கும். இது வாரணாசியிலும், பசுமலையிலும் சாத்தியம். சாத்தியம் என்பதற்கு மேல் மதச் சார்புகளும் மதிப்புகளும் உணர்வுகளும் இம்மேடையேற்றத்திற்கு நிறங்கொடுக்கின்றன. ரயில் தண்டவாளத்தில் நகரும் பார்வையாளர் என்பது நாடகம் சேர்ந்ததல்ல. பரபரப்புச் செய்தி சார்ந்தது.

ஆனால், நடிகனின் கலைத்திறனை வேண்டி நிற்கும் நாடகங்கள் சிறப்பானவை. இத்தகைய பாதையில் சிறிய பெரிய அளவில் வாய்ப்புகளை ஜெயந்தன் தன் நாடகங்களில் உருவாக்கியுள்ளார்

‘மனுஷா, மனுஷா’, தெய்வம், ஒரு ரூபாய், நிறைகாப்பு போன்ற நாடகங்களில். ‘மனுஷா மனுஷா’வில் நடிகன் நிர்வாணமாக நிற்க முடியாது. ஆனால், அவன் நிர்வாணமாக நிற்கிறான் என்பதை வெளிப்படுத்த வேண்டும். சுற்றியுள்ளோர் முக பாவனைகள் மூலம், நடத்தைகள் மூலம். அரசன் ஆடைகளை ஒவ்வொன்றாகக் களையும்போது ஒரு கட்டத்தில் உடலை ஒட்டிய ஆடையுடன் நிறுத்திக்கொள்வது தான் சாத்தியம். கதாகாலட்சேபம் செய்பவர்கள் பாட்டும் பாடி கதையும் சொல்வார்கள். இடையிடையே, கதைப் பாத்திரங்களையும் நடித்துக் காட்டுவார்கள். இது ‘ஒரு ரூபாயில்’ முயலப்பட்டுள்ளது.

‘நிறைகாப்பு’ கட்டுண்ட மேடையின் பரிமாணங்களை விஸ்தரிக்கும் பாவனை கொண்டது. ‘தெய்வம்’ நாடகம் நம் பாரம்பரிய நாடகங்களின் பாத்திரங்களையும் பாவனைகளையும் பார்வையாளர்களின் பரிச்சயத்தில் உள்ளதாகக் கொண்டு அப்பரிச்சயத்தின் மேல் தன்னை இயக்கிக்கொள்கிறது.

மிகச் சிறிய குறைந்த கால அளவிலான நாடகம் முதல் அதிகம் போனால் ஒரு மணிக்கு மேல் எடுத்துக்கொள்ளாத நாடகங்கள் இவை. தொழில்முறை நாடகமேடையை மாத்திரம் கருத்தில் கொண்டு எழுதப்பட்டவை அல்ல. ஆனால் விழாக்கள், கல்லூரி நிகழ்ச்சிகள், பயில்முறை வகுப்புகள். பயிற்சிப்பட்டறைகள் என பல நிலைகளில் இவை பயன்படக்கூடும்; இயங்கக்கூடும்.

இவை நாடகங்கள். இவற்றில் சில நாடகங்களின் சில பாத்திரங்களின் லக்ஷிய சித்திரம் எனக்கு அவ்வளவாகப் பொருத்தமாகப்படவில்லை. கடத்தப்பட்ட பெண்ணை மீட்கும் லக்ஷிய மாணவன், ரயில்வண்டி மறியலில் மாணவர்களை கண்டிக்கும் மனிதர். நினைத்த மாத்திரத்தில் வாசகப் பெருந்திரளை கவர்ச்சிக்கும் எழுத்துக்களை எழுதித் தள்ளும் திறன் கொண்ட எழுத்தாளர். இவர்கள் எங்கு இருக்கிறார்கள்? அதிலும் ஜெயந்தன் நாடகங்கள் நம் நிதர்ஸன வாழ்வின் விமர்சனம். கோபம் கிண்டலாக வெளிப்படும் விமரிசனம். நம் வாழ்க்கை பிறழ்ச்சியின் கோமாளித்தனங்கள் போர்த்தியிருக்கும் லக்ஷியப் போர்வைகளை அகற்றி அவற்றின் கோமாளித்தனங்களை வெளிக்காட்டும் கிண்டல். எதிலும் அவர் விமர்சனம் செய்யும் வாழ்க்கைப் பிறழ்ச்சிகள் அதீதப்படுத்தப்படவில்லை.

ஹன்ஸ் ஆண்டர்ஸனின் கதையைப் படிக்கும் நம் அரசியல் கட்சித் தலைமைகள் தம்மை அந்த நிர்வாண அரசனாகக்

காண்பது சாத்தியமா, காண்பார்களா என்பது எனக்குச் சந்தேகம் தான். ஆனால் ஜெயந்தனின் 'மனுஷா மனுஷா' அப்படி ஒரு கண்ணாடியை முன் வைத்துள்ளது. செய்தி போய்ச் சேர்ந்துள்ளது. இந்த மாயம் எப்படி நிகழ்ந்தது என எனக்குப் புரியவில்லை. ஆனால் ஜெயந்தனின் நாடகம் இதை சாதித்துள்ளது.

எனக்குக் குறைகளாகப்பட்ட சிலவற்றை நான் சுட்டிக் காட்டி யிருக்கிறேன். ஆனால் நான் பல நாடகங்களை, 'மனுஷா மனுஷா' 'நிறைகாப்பு', 'ஒரு ரூபாய்', 'நினைக்கப்படும்' எல்லாவற்றிற்கும் மேலாக 'தெய்வம்'. ஒரு சில திருப்பங்களைத் தவிர்த்து 'கணக்கன்'. இவையெல்லாம் எனக்குப் பிடித்திருக்கின்றன. ஆனால் ஒன்று, மிக முக்கியமான ஒன்று, அடிக்கோடிட்டுச் சொல்லவேண்டியது, நாடக இலக்கியத்திற்கு எதிரான இன்றைய கோமாளிச் சூழலில், தன் நிதானத்தை இழக்காமல், பம்மாத்து கோஷ்டிகளின் அலையில் மிதக்காமல், நாடகங்களை எழுதுவதில் அது எவ்வளவு குறைவாக இருந்தபோதிலும், நம்பிக்கை கொண்டுள்ளது எனக்கு மகிழ்ச்சியாக இருக்கிறது. இந்த தமிழ் நாடக உலகில், இதன் விசித்திரத்தில் தைரியமாக கோவணங் கட்டியவராக உலவுகிறவர்கள், பைத்தியங்கள் என லேபிள் இடப்பட்டாலும் கவலையற்றவர்கள், இருப்பதில் எனக்கு மகிழ்ச்சிதான்.

இந்நாடகங்கள் நடிகர்களுக்கு பயிற்சி தரும். நடிகர்களை உருவாக்குவது இத்தகைய நாடகங்கள்தான். நம் பாரம்பரிய நாடங்கள் பத்ததியான பாவனைகளையே நடிப்பு என்று சொல்லி, நம்ப வைத்து காலத்தை ஓட்டி ஒப்பேற்றிவிட்டார்கள். அதுவே சினிமாவிலும் 70 வருடங்களாக தொடர்ந்துள்ளது. ஒரு மனிதனை, அவன் மனச்சிக்கலில், வாழ்க்கையின் நெருக்குதலில், ஒரு கண சித்திரத்தை அவன் யதார்த்த வாழ்வின் இயல்பில் உருவாக்கிக் காட்டுவது என்பது நம் சிந்தனையிலும் இல்லாத காரணத்தால், நமக்குப் பிடிபடாத சமாசாரமாக ஆதலால் கை வராத சமாசாரமாகவே இருந்துள்ளது. பெயர் சொல்லி ஒரு நடிகன், நடிகை இதுகாறும் தமிழ்நாட்டில் உருவாகவில்லை என்பது ஒரு சோகம். நடப்பதெல்லாம் பாவனைகள். பாவனைகளைக் கையாள்வது வெகு சுலபம். உடலைத்தான் வருத்த வேண்டும். சிந்தனைக்கு வேலை இல்லை.

கலைத்திறன் கொண்ட நடிகர் சிலரை நான் ஹிந்தி நாடக மேடைகளில் சினிமாத்திரையில் கண்டிருக்கிறேன். இம்மாதிரியான

சிகர வெளிப்பாட்டிற்கு உந்துதலாக இருந்தது அவர்களுக்குக் கிடைத்த நாடகங்களும், பாத்திரங்களும். நாடகங்கள் எழுதுவதே நம் மண்ணிற்கு, வேர்களுக்கு அந்நியமானதாக பிரசாரம் செய்யப்பட்டு, இது தானய்யா சாக்கு என நாம் கைவிட்ட காரணத்தால்தான் நான் குறிப்பிட்ட சிகரங்களை திறன்களை இங்கு உருவாக்கும் வாய்ப்பை நமக்கு நாம் மறுத்துக் கொள்ளும் நிலைக்குத் தள்ளப்பட்டுள்ளோம். பொய்யான பாவனைகளும், போலியான பாத்திரங்களும் மண்ணின் உறவற்ற சம்பவங்களும் கதைகளும் நிறைந்த சினிமாக்களையும் நாடகங்களையுமே பிறப்பித்து, கோமாளித்தனங்களையே நாம் பிறப்பித்து போற்றி சிறப்பித்து வந்துள்ளோம். இப்படிப்பட்ட பாலைதான் நம் மண் என்று நான் நம்ப மறுக்கிறேன். ஆனால் 'ஓடினேன் ஓடினேன், வாழ்க்கையின் ஓரத்திற்கே ஓடினேன்' என்று பத்துப் பதினைந்து நிமிடங்கள் தொண்டை வரளக் கத்துதல்தான் நடிப்பின் சிகரம் என்றால், அதைத் சூழ்ந்த சின்னச் சின்ன சிகரங்கள் அதை நோக்கிய, வெற்றியடைந்த, அல்லது தோல்வியுற்ற பயணங்கள் என்றுதானே நடிப்புக்கலையே இருக்கும்!

கடைசியாக ஒன்று சொல்லத் தோன்றுகிறது. இப்படிச் சொல்லிப் பார்க்கலாமே, "சிறுகதை, நாவல் எல்லாம் நம் மண்ணிற்கு அந்நியம், காலனிய ஆதிக்கத்தின் எச்ச சொச்சங்கள் என்று ஒரு கோஷம் எழுந்து அது வெற்றி பெற்றிருக்குமாயின் நம் இழப்புகள் எவ்வளவு கொடியதாயிருக்கும்! நம்மிடையே ஒரு புதுமைப்பித்தன், ஜானகிராமன், கு.ப.ரா., மௌனி, யாரும் இருந்திருக்கமாட்டார்கள். இக்கோஷங்களின் வெற்றியும், நம் இழப்புகளும் எவ்வளவு பெரிய சோகமும், கோமாளித் தனமுமாக இருந்திருக்கும். மற்றொரு நிலையில் ஒன்றை நமக்கு மறுத்துக்கொள்ளும் துவேஷத்தில் சங்கீதத்தை மறுத்துக் கொண்டிருந்தால் நாம் ஒரு கிட்டப்பாவை, எம்.எஸ்ஸை, மகாராஜபுரம் விஸ்வநாதய்யரை, டி.என்.ராஜரத்தினத்தை இழந்திருந்தால் நாம் எவ்வளவு புத்திசாலிகள்!"

நம் இயல்பில், நம் கலைத்திறன்களின் பிறப்பை, வளர்ச்சியை மலர்ச்சியை, எந்தக் கோஷங்களும் துவேஷங்களும் தடுப்பதை நாம் அனுமதிக்கக்கூடாது. கொடைகளும் இழப்புக்களும் அவற்றின் இயல்பில் நிகழ வேண்டும். கோஷங்களுக்கும் துவேஷங்களுக்கும் இங்கு இடமில்லை.

- வெங்கட்சாமிநாதன்

நினைக்கப்படும்

அங்கம்-1

காட்சி-1

அரங்கம்... இது ஒரு நடுத்தர வர்க்கத்தின் வீடு என்று புலப்படுத்தும் பொருட்களோடு கூடிய ஒரு கூடம்.

அரங்கில் ஒளி விழும்போது, வேட்டியும் பனியனும் அணிந்த சுமார் 45 வயது மதிக்கத்தக்க மருதநாயகம், உணவு பரிமாறப்பட்ட தட்டின் முன் உட்கார்ந்திருக்கிறார். உண்ணும்போது இருக்கவேண்டிய அமைதிக்குப் பதிலாக அவர் மிகவும் உணர்ச்சிவசப்பட்டுக் கோபமாக இருக்கிறார் என்பதை அவர் முகம் காட்டுகிறது. அரங்கில் வேறு யாருமில்லை.

மருதநாயகம்:

(அரங்கின் வலதுப்புறம் உள்ளே பார்த்து, பெரிய குரலில்...)

குடும்பத்தலைவனா இருக்கிறதே ஒரு சாபம் போல இருக்கு. அவன் பாடையில போனாலும் குடும்பத்துக்குச் செய்யவேண்டியத செய்துட்டுதான் போகணும். ஆனா அவனுக்கு மட்டும் ஒருத்தரும் கிடையாது. அவன், பொஞ்சாதிக்குப் புருஷன், பிள்ளைக்கித் தகப்பன், தம்பிக்கு அண்ணன். ஆனா, அவனுக்கு ஒரு கஷ்ட நஷ்டம் வந்துட்டா ஆறுதல் சொல்லக்கூட ஒரு நாதி வராது. கேவலமாகக் குத்திப் பேச மட்டும் ஆளு இருக்கும். (பிறகு, பெருமளவுக்கு இறங்கிய தொனியில்) நன்றி கெட்ட ஜென்மங்க (ஒருவாய் எடுத்து வைக்கிறார்.)

(அரங்கின் வலது நுழைவாயிலிலிருந்து ஒரு மாது, அவருடைய மனைவி மரகதம்மாள், அவர் குரலுக்குச் சற்றும் சளைக்காத குரலில் பேசிக்கொண்டே வருகிறாள். அவள் கையில் ஒரு பாத்திரம் இருக்கிறது.)

மரகதம்மாள்:

இப்ப என்ன சொல்லிட்டேன்னு இப்பிடிக் கத்துறீங்க. காலேஜ் பீஸ் கட்டணும்னு அவன் நாலு நாளா கேட்டுக்கிட்டு இருக்கான். நீங்க பாட்டுக்கு உக்காந்துகிட்டு இருக்கீங்களேன்னு சொன்னா அது தப்பா?

மருதநாயகம்:

இருந்த நாளையில எல்லாம் நீ நாலு நாளு கேட்டுத்தான் கொடுத்தனா? அத நெனச்சுப் பாத்தியா?

மரகதம்மாள்:

ஒங்ககிட்ட இல்லேன்னு சொல்லிடுறதுனால காலேஜ்காரன் பீஸ் வேண்டாம்னு சொல்லிடப் போறானா?

மருதநாயகம்:

(மீண்டும் ஆத்திரமாக) அதுக்கு என்ன செய்யச் சொல்ற? என்ன எங்கயாச்சும் போயி திருடச் சொல்றியா? ஒங்க எழவுக்குப் போட்டு கட்டலேன்னுதான லஞ்சம் வாங்கி மாட்டி, இப்ப ஒரு வருஷமா வீட்ல உக்காந்துகிட்டு இருக்கேன். இது போதாதா?

மரகதம்மாள்:

எங்களுக்குக் கட்டலேன்னு நாங்க ஒங்கள லஞ்சம் வாங்கச் சொன்னமா?

மருதநாயகம்:

சொல்லலியா?

மரகதம்மாள்:

எப்பச் சொன்னோம்?

மருதநாயகம்:

வாயத் தொறந்து லஞ்சம் வாங்குன்னு சொன்னாத்தான் சொன்னதா? நான் ஒழுங்கா இருந்த நாளையிலயெல்லாம், 'இவரு பொளைக்கத் தெரியாத மனுஷன், பொளைக்கத் தெரியாத மனுஷன்'னு ஊரெல்லாம் சொல்லிக்கிட்டுத் திரிஞ்சியே, அதுக்கு என்ன அர்த்தம்? மொத மொதல்ல நூறு ரூவாயக் கொண்ணாந்து போட்டதும் முப்பத்திரண்டு பல்லும் தெரியச் சிரிச்சியே, அதுக்கு என்ன அர்த்தம்? அப்புறம் தெனம் தெனம் ஆபீஸ் விட்டு வந்ததும் சட்டைப் பையைப் பாத்து ஓடுவியே, அதுக்கு என்னா அர்த்தம்? நம்ம புருஷன் லஞ்சம் வாங்கக் கூடாதுன்னு நெனச்சவதானா கான்வென்ட்ல சேத்தே? மாசம் ரெண்டு சேல எடுத்து லாத்துன. பையன என்ஜினியரிங் காலேஜுக்கு அனுப்புனே?

மரகதம்மாள்:

நீங்க ஆம்பள. கொண்டாற வேண்டியவரு, கொண்டாந்து போட்டிங்க. நான் அதுக்குத் தக்கன செலவு செஞ்சிருப்பேன்.

மருதநாயகம்:

அப்பிடியா..? ஒரு பத்து நாளக்கி ஒண்ணும் கொண்டாரலேன்னா மொகத்தச் சுண்டிச் சுருச்சு செலவுக்குத் தகராறு பண்ண ஆரம்பிச்சுருவியே, அத மறந்துட்டியா?

மரகதம்மாள்:

பொம்பளக்கி ஆயிரம் ஆச இருக்கும். அதுக்காவ நீங்க ஆள் தெரியாம தரம் தெரியாம வாங்கி மாட்டிக்கணுமா?

மருதநாயகம்:

(பொங்கி வரும் ஆத்திரத்தை அடக்கிக் கொண்டு) ஓகோ, வாங்குனது குத்தமில்லே, மாட்ற மாதிரி வாங்குனதுதான் குத்தமாக்கும். சரிதான். இதுல ஒன் பங்கு ஒண்ணுமில்ல பாரு... சரிதான். ஒன்னச்சொல்லி என்ன பிரயோஜனம். எம் மாதிரி ஆளுகளுக்கு புத்தி சொல்லத்தான் வால்மீகி வேடன் கதை இருக்கு. ஆனா, படாம எவனுக்குப் புத்தி வருது. உண்டான சம்பளத்தக் கொண்டாந்து எறிஞ்சுட்டு, பொஞ் சாதி பட்டுப்பொடவ கட்டுனா என்னா... கந்தலக் கட்டுனா என்னா... பிள்ளைங்க கான்வென்ட்ல படிச்சா என்னா... படிக்காமப் போனதான் என்னான்னு நான் பாட்டுக்குப் போயிருந்தா இன்னிக்கி சஸ்பெண்ட் ஆகியிருக்க மாட்டேன், நீங்களும் என்னப் போட்டுப் பிழிய மாட்டீங்க!

மரகதம்மாள்:

ஆமா ரொம்பத்தான் பிழிஞ்சோம். மொதல்ல சாப்புட்டு முடிங்க.

(சிறிது குழம்பு ஊற்றுகிறாள். அவர் பிசைந்து இரண்டு வாய் உண்கிறார். இந்தச் சிறிது நேர இடைவெளியில் அவர்களிடம் ஓரளவு அமைதி உண்டாகிறது.)

மரகதம்மாள்:

இன்னிக்கித்தான எம்.எல்.ஏ ஒங்கள வரச் சொன்னது?

மருதநாயகம்:
ஆமா.

மரகதம்மாள்:
எப்பப் போகப் போறீங்க?

மருதநாயகம்:
போகணும். சாயந்திரம் போனாக்க போதும். போயிதான் என்னா ஆயிடப்போவது? இதோட நூறு தடவ போயாச்சு.

மரகதம்மாள்:
என்னா சொல்றாரு?

மருதநாயகம்:
என்னா சொல்றாரு? போறப்ப எல்லாம் 'அதுக்கென்னா... மினிஸ்டரப் பாத்துடுவோம். நாளன்னிக்கு செக்ரெட்டரியப் பாத்துடுவோம்'னு சொல்றாரு. ஆனா, மறுநாள் போனா ஆளுதான் இருக்கிறதில்ல. ஒவ்வொரு நாளக்கி நம்மளக் கண்டா அவருக்கு அடையாளமே தெரியறதில்லை. அவரு என்னா சொல்றாருன்னு நமக்கு வெளங்கறதும் இல்லே.

மரகதம்மாள்:
சிரஸ்தார் என்னமோ செக்ரெட்டரியப் பாக்கலாம்னு சொன்னதாச் சொன்னீங்களே?

மருதநாயகம்:
அது ஒண்ணும் பிரயோஜனப்படாது.

மரகதம்மாள்:
ரெண்டு மாசம் முந்தி மெட்ராஸ் போயி, யாரோ ஆபிஸரப் பாத்துட்டு வந்ததாச் சொன்னீங்களே, அது என்னாச்சு?

மருதநாயகம்:
அவனுக்கும் ஐநூறு ரூபா அழுதிட்டுதான் வந்தேன். நீ போ, பின்னால ஆர்டர் வந்துடும்னு சொன்னான். இன்னம்தான் வருது.

மரகதம்மாள்:

இவனுகளுக்கு அழுதத வச்சிருந்தாவே ரெண்டு வருஷச் சோத்துக்கு வந்திருக்கும். கையில மெய்யில இருந்தத எல்லாம், நானாச்சுன்னு வந்தவனுக பின்னால அலஞ்சே கரச்சாச்சு.

மருதநாயகம்:

என்னைய சஸ்பெண்ட் செய்த ஆபிஸரும் அப்பவே அதத்தான் சொன்னான். நான் கொஞ்சம் வீம்பா பேசுனதுக்கு, நீ யாரையாச்சும் பிடிச்சு போஸ்டிங்ஸ்கூட வாங்கிடுவே, ஆனா அதை வாங்கக் கண்டவன் பின்னாலயெல்லாம் அலைவ பாரு. அந்த அலச்சலும் செலவும் மனக் கஷ்டமுமே போதுமான தண்டனையா இருக்கும்னு சொன்னான். அது சரியாப் போச்சு. யார் யாரப் பிடிக்கிறது, எவனெவனக் கெஞ்சுறது. எவ்வளவு கொடுக்கிறது. அந்த வேதன போதாதுனு இங்க ஒன் வேதன வேற.

மரகதம்மாள்:

சரி சரி... பழையபடி ஆரம்பிச்சுடாதீங்க. சாப்புடுங்க.

(அவர் மீண்டும் உண்ணத் தொடங்குகிறார். அவள் எழுந்து சென்று அரங்கின் இடது வாயில் வழியாக வெளியே பார்க்கிறாள்.) இதப்பாருங்க, இந்த வெயில்ல போயி நாய் மாதிரி சுத்திட்டு வர்றத.

(ஓர் இளைஞன் அவர்கள் மகன் ராஜு அரங்கில் வருகிறான்.)

ராஜு:

சும்மா கோபால் வீட்டு வரைக்கும் போயிருந்தம்மா.

(மருதநாயகம் எழுந்து கை அலம்ப அரங்கின் வலது புறம் உள்ளே செல்கிறார்.)

ராஜு:

(தாயிடம் மெதுவாக) என்னம்மா, கேட்டியா?

மரகதம்மாள்:

நீயே கேளு. நான் கேட்டா அவருக்கு எப்படியோ வருது.

(அவளும் உள்ளே போகிறாள். ராஜு மேஜையிடம் சென்று அதன் டிராயரை வெறுமனே இழுத்துப் பார்க்கிறான். மருதநாயகம் துண்டில் கைதுடைத்தபடி வந்து அங்கிருக்கும் இரண்டு நாற்காலிகளில் ஒன்றில் உட்காருகிறார். பேசாமல் நிற்கும் மகனைப் பார்க்கிறார்.)

மருதநாயகம் :

சாப்புடு போ.

ராஜு:

அப்பா எனக்கு லீவு முடியுது. திங்கக்கெழம காலேஜ் திரும்பணும்.

மருதநாயகம்:

ம்.

ராஜு :

டேர்ம் பீஸ் கட்டணும்.

மருதநாயகம்:

ம்.

(சில விநாடிகள் செல்கின்றன.)

ராஜு:

வெறுமனே 'ம்' சொன்னா எப்படிங்கப்பா?

மருதநாயகம்:

எங்கிட்ட இல்லியே ராஜு. இருந்த நாளையில் எல்லாம் நீ கேட்டுத்தான் நான் கொடுத்தனா?

(ராஜு பேசாமல் இருக்கிறான். மீண்டும் சில விநாடிகள் மௌனம்.)

ராஜு:

அப்ப நான் படிப்ப டிஸ்கண்டினியூ பண்ணிடட்டுங்களா அப்பா?

மருதநாயகம்:

...ம் (யோசித்து) ஒண்ணு வேண்ணா செய்யி.எனக்கு எப்பிடியும் ரெண்டு மாசத்துல வேல கெடச்சுடும்னு நம்பிக்கையிருக்கு. நீ ஒங்க அம்மா சங்கிலியை அடகு வச்சுப் பணம் வாங்கிட்டுப் போ. பணம் வந்ததும்..

மரகதம்மாள்:

(கணவன் சொன்னதைக் கேட்டுக்கொண்டே வந்தபடி)

அதெல்லாம் முடியாது. கொடுத்ததெல்லாம் போதும். இருக்கிறது இது ஒண்ணுதான். இதயும் குடுத்துட்டு நான் மூளிக் கழுத்தா திரிய முடியாது. இன்னும் பத்து நாளையில எங்க அக்கா மகக் கல்யாணம் இருக்கு. அங்கப் போயி வெறுங்கழுத்தோட என்னையப் பாருங்கன்னு நிக்க முடியாது. மொதல்லயே என்னய எல்லாரும் ரொம்பப் பெருமையா பாக்குறாங்க.

ராஜு:

என்னமா இது? என்னா பேசுற? எல்லாத்தையும் விட நீதாம்மா நம்மள ரொம்பக் கேவலப்படுதுற. ஒரு ஆபத்துக்கில்லாத நக எதுக்குமா இருக்கு. அப்பிடி நெனப்பாங்கன்னா அந்தக் கல்யாணத்துக்குப் போகாம இருந்துட்டுப் போயேன்.

மரகதம்மாள்:

நான் ஏன் எங்க அக்கா வீட்டுக் கல்யாணத்துக்குப் போகாம இருக்கணும். வேண்ணா பணங் கேட்டு இவரு தம்பிக்கி எழுதச்சொல்லேன்? இவரு அவருக்கு எவ்வளவோ செய்யலியா? இல்ல அவருகிட்டதான் ஒண்ணுமில்லையா? இந்த ஒரு வருஷத்துல அவருக்கு ஒரு நூறு ரூபா கேட்டு எழுதியிருக்காரா?

மருதநாயகம்:

அவன் தர்ரதா இருந்தா எழுதமாட்டானா? அவன்தான் நான் சஸ்பெண்ட் ஆகியிருக்கறதாப் போட்ட மொதல் லெட்டரப் பாத்ததுமே அவங்ககிட்ட ஒண்ணும் எதிர்பார்க்க வேணாம்னு ரொம்ப நாசூக்காகவும் கண்டிப்பாகவும் எழுதிவிட்டானே.

மரகதம்மாள்:

ம்... எங்கிட்டே நீங்க சொல்லவேயில்லையே. நான் அப்பவே சொல்லுவேன், அவரப் பத்தி.

நீங்கதான் தம்பி தம்பின்னு தூக்கி வச்சு ஆடுவீங்க. இப்பத்தான் ஒங்களுக்குத் தெரிஞ்சிருக்கு. ஒங்களுக்கு எப்பவுமே பட்டாதான் புத்தி வருது.

மருதநாயகம்: அவன மட்டுமா தூக்கி வச்சிக்கிட்டு ஆடுனேன். ஒன்னையும்தான். இப்ப அவன் ஒதுங்கிற நெலையில இருக்கிறதுனால ஒதுங்கிட்டான். நீ ஒதுங்க முடியாததுனாலே இங்கே இருந்தே கொல்ற.

மரகதம்மாள்: அப்படி என்னா நான் சோத்துக்குப் பதிலா மண்ணையா ஆக்கிப்போடுறேன்..?

மருதநாயகம் : பெத்த புள்ள படிப்புக்குக் குடுக்க முடியாதுன்னு அக்கா வீட்டுக் கல்யாணத்துக்கு கழுத்தத் தயார் பண்றியே, இதைவிட என்னா செய்யணும்?

(அவள் முகம் சுண்டிவிடுகிறது. அந்தநேரத்தில் 11, 9, 5 வயதிருக்கும் மூன்று பெண் குழந்தைகள் அரங்கில் வருகின்றனர்.)

ராஜு: எங்க சீத்தா, இந்நேரத்துக்கு போயிட்டு வர்ரீங்க?

சீத்தா: பெரியம்மா வீட்டுக்கு.

மருதநாயகம்: (மரகதத்திடம்) இந்த நேரத்துக்குப் பிள்ளைகள ஏன் அங்க அனுப்புற? நாம இருக்க நெலைமக்கி, சோத்துக்குத்தான் சோத்துவேளைக்கி வந்திருக்கறதா நெனைக்கவா?

மரகதம்மாள்: நெனச்சா என்ன கெட்டுப்போச்சு. நான் அனுப்புனதே அதுக்குத்தான். இன்னிக்கி இருந்ததே காப்படிதான். சொல்லக்கூடாதுனு நெனச்சா ரொம்பக் கொழிக்கிறீங்களே?

சீத்தா:

நாங்க அங்கேயும் சாப்பிடலம்மா. நாங்க இருக்கப்பவே சேது அவங்க பாட்டிகிட்ட சோறு போடச் சொன்னான். அந்தப் பாட்டி அவன அடுத்த ரூமுக்கு கூட்டிக்கிட்டு போயி, 'செத்த பொறு அந்த சனியனுக போய்த் தொலையட்டும்'னு சொன்னாங்க. ஒடனே நான் இவங்களக் கூட்டிக்கிட்டு வந்துட்டேன்.

(அவர்கள் இடிந்து போய் நிற்கிறார்கள். சிறிது நேரம் கனமான மௌனம் நிலவுகிறது. அப்போது பன்னிரெண்டு வயது மதிக்கத்தக்க ஒரு சிறுமி அரங்கில் வருகிறாள். அவள் முகம் கோபத்தோடு வந்திருக்கிறாள் என்பதைக் காட்டுவதோடு இவள் இயல்பாகவே வயதுக்கு மீறிய கோணல் புத்தியோடு வளர்ந்து விட்டவள் என்பதையும் காட்டுகிறது. வந்தவள் இரண்டு கைகளையும் இடுப்பில் வைத்துக்கொண்டு விறைத்து நின்றபடி மருதநாயகத்தைப் பார்க்கிறாள்.

சிறுமி:

வாடகை தர்றதா ஒங்களுக்கு நெனப்பு இருக்கா, இல்லியா?

மருதநாயகம்:

(சிறுமியிடம்) அப்பா எங்கம்மா?

சிறுமி:

அப்பா குப்பா எல்லாம் வரமாட்டாரு. அவரு வந்தாதான் என்னமோ பேசி, திருப்பி அனுப்பிச்சுடுறீங்களே. சிநேகம்னா வாடகையில் எல்லாமா சிநேகம். நாங்களும் இந்த வாடகையை வாங்கித்தான் சோறு திங்கறோம். நாங்க பட்டினி கெடக்கணும்னு என்ன வந்திருக்கு? சம்பளம் வரலேன்னு நீங்க சாப்புடாம இருக்கீங்களா?

மரகதம்மாள்:

சரி போடியம்மா, பெரிய மனுஷி வந்துட்டியாக்கும். ரெண்டு நாளையில கொண்டாரம் போ.

சிறுமி:

அந்தச் சாக்குப் போக்கு எல்லாம் வேண்டாம். வாடகை வந்தாதான் சோறு ஆக்குவேன்னு எங்கம்மா சொல்லிட்டா. எங்கப்பா போட்டு அடி அடின்னு அடிச்சிட்டாரு. அவரு பெரிய தர்மகர்த்தா. உசுரு போனாலும் வாயத் தொறந்து ஒங்கக்கிட்ட வாடகக் கேக்க மாட்டாராம்.

(இவளை எப்படித்தான் சமாளித்து அனுப்புவது என்று மூன்று பேரும் யோசிப்பது தெரிகிறது.)

ராஜு:

சரி, நீ போ. நான் சாயந்திரம் கொண்டாறேன்.

சிறுமி:

அதெல்லாம் முடியாது. ஆயிரம் சொல்லியாச்சு. வாடக குடுங்க. இல்ல வீட்டக் காலி பண்ணுங்க. இல்ல நாக்கப் பிடுங்கிக்கிற மாதிரி ரெண்டு வார்த்த கேட்டுடுவேன், ஆமா, எங்கம்மா சொல்லித்தான் விட்டிருக்கா.

ராஜு:

இப்ப நீ ஒத வாங்கிட்டு போகப்போறே.

சிறுமி:

ஒதப்பியா? எங்க ஒதச்சுப்பாரு?

ராஜு:

அறஞ்சேன்னா..!

(பொய் மிரட்டலாக ஓரடி முன்னால் வருகிறான்).

மரகதம்மாள்:

டேய்.

(சிறுமி திடுக்கிட்டு விடுகிறாள். பின் அழ ஆரம்பித்து விடுகிறாள். அழுதுகொண்டே அரங்கவாயிலுக்கு வருகிறாள். அங்க வந்ததும் அழுகையை நிறுத்திவிட்டுச் சொல்கிறாள்.)

சிறுமி:

அறைவாராமில்ல அறைவாரு. வாடகக் குடுக்க வக்கில்லேன்னா எங்கயாச்சும் சத்திரம்சாவடியில் போயி இருக்கிறது.

(இப்போது உள்ளே போய்விடுகிறாள். குரல் மட்டும் வருகிறது...)
இல்லேன்னா நாண்டுக்கிட்டுச் சாகுறது?
(ராஜு நாற்காலியைத் தள்ளிவிட்டு இரண்டடி முன்னால் வருகிறான்... மரகதம் தடுக்கிறாள்.)

மரகதம்மாள்:
நீ சும்மாயிருடா. நம்ம நேரம் ரொம்ப நல்ல நேரமா இருக்கு.
(மருதநாயகம் குலைந்து போய்விடுகிறார். மீண்டும் அங்கே மௌனம்.)

ராஜு:
அப்ப நான் படிப்ப நிறுத்திட்டு ஏதாச்சும் வேலைக்கி முயற்சி பண்றேன்ப்பா.
(அவர் இன்னமும் தீவிர சிந்தனையில் இருக்கிறார்.)
என்னப்பா சொல்றீங்க?

மருதநாயகம்:
(அவர் சற்றும் எதிர்பார்க்காத தீர்மானமான உறுதியோடு) வேண்டாம். நீ திங்கக்கெழம காலேஜுக்குப் போ. நான் ஒரு வாரத்துல பணம் அனுப்புறேன். ஒரு பதினஞ்சு நாளையில் நான் மறுபடியும் வேல வாங்கிடுவேன்.

ராஜு:
என்னப்பா இது திடீர்னு?

மருதநாயகம்:
ஆமா. ஒரு எடத்துக்குப் போனா அது நடந்துடும். அங்க இன்னிக்கிப் போகப்போறேன்.

மரகதம்மாள்:
அப்படி என்னா எடம் அது. இவ்வளவு நாளு ஏன் போகலே?

மருதநாயகம்:
கொஞ்சம் கவுரவம் பாத்தேன்.
(தாங்கியில் தொங்கும் சட்டையை எடுத்துப் போட்டுக்கொள்கிறார்).

மரகதம்மாள்:

(கோபமாகவும் இகழ்ச்சியாகவும்) இங்க சோத்துக்கே லாட்டரி. நீங்க கவுரவம் பாத்துக்கிட்டு இருந்தீங்களாக்கும். நான் ஒரு சங்கிலியப் போட்டுக்கிட்டு இருந்ததுதான் ஒங்கக் கண்ண உறுத்திக்கிட்டு இருந்துச்சு.

(அவர் அவளைத் திரும்பிப் பார்க்கிறார். அவள் வேகமாக உள்ளே போகிறாள்.)

மருதநாயகம்:

(வெளியே புறப்பட்டுக் கொண்டே) நீ சாப்புடு ராஜு. (சிறிது தயங்கி யோசித்துவிட்டு) ம்... நீ ஹோட்டல்ல சாப்புட்டு வந்துடு. (சட்டைப் பையில் கைவிடுகிறார்)

ராஜு:

வேண்டாம். நான் கோபால் வீட்ல சாப்பிட்டுத்தான் வந்தேன். (தங்கைகளைப் பார்த்து) நீங்க போய்ச் சாப்புடுங்க.

(குழந்தைகள் உள்ளே செல்கின்றனர். மருதநாயகம் வெளியே செல்கிறார். ராஜு நாற்காலியில் உட்காருகிறான்.)

...திரை...

காட்சி-2

அரங்கம்... ஓர் எளிமையான வீட்டுக் கூடம்.

இடது மேல் மூலையில் ஒரு மேஜை, நாற்காலி இருக்கிறது. அதில் கொஞ்சம் புத்தகங்கள் உள்ளன. நடுவில் ஒரு நாற்காலியில் உட்கார்ந்து பெரியவர் ஒருவர் பேப்பர் படித்துக் கொண்டிருக்கிறார். மாணவனாகத் தெரியும் ஒரு இளைஞன் (பெரியவர் மகன் செல்வம்) இன்னொரு நாற்காலியில் உட்கார்ந்து ஓர் ஐந்து வயது சிறுவனை இழுத்து அவனோடு பேச்சுக் கொடுத்துக்கொண்டிருக்கிறான்.

அரங்க இடது நுழைவுக்கு முன்னால் ஒரு பெரியம்மா (முதியவர் மனைவி) உட்கார்ந்து அரிவாள்மனையில் காய் நறுக்கிக் கொண்டிருக்கிறாள். அவள் முன்பாக 25 வயதிருக்கும் பெண் ஒருத்தி (செல்வத்தின் அக்காள்) உட்கார்ந்திருக்கிறாள். அவர்கள் ஏதோ பேசிக்கொண்டிருக்கிறார்கள்.

செல்வம்:

(சிறுவனிடம்) எத்தனாவது படிக்கிறே?
(சிறுவன் அவனை ஏறிட்டுப் பார்த்துவிட்டுப் பேசாமல் இருக்கிறான்.)

அக்காள்:

சொல்லுடா. மாமா கேக்குறாங்க இல்ல.

செல்வம்:

சும்மா சொல்லு. எத்தனாவது படிக்கிறே!
(பையன் மாமனின் முழங்காலில் நன்றாகச் சாய்ந்து கொண்டே வலது கையின் ஐந்து விரல்களையும் காட்டுகிறான்.)

செல்வம்:

அடேயப்பா. என்னக்கா மாப்பிள இப்பவே அஞ்சாவது படிக்கிறாராமில்ல?

பையன்:

இல்ல ஒம்போ...து

செல்வம்:

அடிசக்க..! (தானும் 5 விரல்களைக் காட்டி) இது ஒம்போதா? சரி. ஒண்ணுல ஒண்ணு போனா எத்தினி?

பையன்:

ரெண்டு...

செல்வம்:

ரெண்டுல ஒண்ணு போனா?

பையன்:

ஒம்போது?

செல்வம்:

பிரமாதம்டா... நல்லா படிக்கிறடா!

அக்காள்:

நல்லாத்தான் படிப்பான். யாரையாச்சும் புதுசா கண்டா கிறுக்கு வந்துடும். (சிறுவனிடம் மிரட்டலாக) டேய், பா பா பிளாக் ஷிப் சொல்லு.

(சிறுவன் பேசாமல் இருக்கிறான்.)

பெரியவர்:

(பேப்பரைத் தாழ்த்திக் கொண்டு) அவன் புத்திசாலிதான். ரயில்ல வர்றப்ப அதத் தொலச்சுட்டான். அவ்வளவுதான். ஏண்டா பாண்டி?

பையன்:

(திடீரென்று மாமாவிடம்) ஒம்போது லெச்சத்துல ஒண்ணு போனா எவ்வளவுனு ஒங்களுக்குத் தெரியுமா?

செல்வம்:

அடேயப்பா! புத்திசாலிதான், நீயே சொல்லு.

பையன்:

ஒங்களுக்குத் தெரியாதா?

செல்வம்:

தெரியாதே?

(பையன் விழிகளை உருட்டி முகட்டு வளைவைப் பார்க்கிறார். அவன் என்ன சொல்லப் போகிறானென்று அவர்கள் ஆவலுடன் பார்க்கிறார்கள்.)

செல்வம்:

ம்... சொல்லு.

பையன்:

ஒம்போ...து

(நால்வரும் கொல்லென்று சிரிக்கின்றனர்.)

செல்வம்:

பெரிய ஒம்பது எக்ஸ்பர்ட் போல இருக்கு. சரி ஒரு கத சொல்லு.

பையன்:

நரி கதையா?

செல்வம்:

ம்.

பையன்:

தெரியாது.

செல்வம்:

பின்ன நரி கதையானு கேட்டே?

பெரியவர்:

(பேப்பரை உரத்து படிக்கிறார்) லஞ்சம் வாங்கிப் பிடிபட்ட அதிகாரி தற்கொலை!

செல்வம்:

எந்த ஊர்ல அப்பா?

பெரியவர்:

அதுதான் நானும் பார்த்தேன். இது நம்ம ஊர்ல இல்ல. செங்கல்பட்டுல. என்ன இருந்தாலும் திக்குங்குது இல்ல?

செல்வம்:

இவன் அப்பிடியெல்லாம் செய்துக்குற ஆள் இல்ல. இவன் மத்தவங்கள கொல செய்வான். அடேய்யப்பா எவ்வளவு திமிரு!

எவ்வளவு arrogance. நான் ஒரு பி.எல்., ஸ்டுடன்ட். ஒரு கவர்மெண்ட் எம்பிளாயியோட சன்தான்னு சொல்றேன்... நீ ஜனாதிபதியோட மகனா இருந்தாதான் எனக்கென்னா, கொடுக்க வேண்டியதைக் கொடுத்துட்டு வாங்கிட்டுப் போன்னு சொல்லிட்டான்.

பெரியவர்:

அதுசரி, நியாயம் நம்ம பக்கம்தான் இருக்கு. இவனுக செய்றதைப் பாத்தா ஆத்திரம் வரத்தான் செய்யும். ஆனா பிடிச்சுக் கொடுத்ததும் பாதிக்கப்படுறது இவனுக மட்டுமில்ல. இவனுக பொஞ்சாதி பிள்ளைங்களும் தெருவுக்கு வந்துடுவாங்க. அதுதான் சங்கடம்.

செல்வம்:

இவன் பெரிய முதலையாம். அதெல்லாம் ரெண்டு தலைமுறைக்கு சேத்து வச்சிருப்பான்.

பெரியவர்:

என்னத்த. நாம நெனைக்கிற மாதிரி இவனுகள்ள ரொம்பப் பேரு அப்பிடி இருக்கிறதில்ல. என்னமோ காலங்காலத்துக்கும் இப்பிடியே ஓடிக்கிட்டு இருக்கும்னு நெனச்சு, தர்பார் செலவு செஞ்சுக்கிட்டு இருப்பாங்களே தவிர சேமிப்புன்னு ஒண்ணும் வச்சுக்க மாட்டாங்க. அதில்லாம் உழைக்காம வர்ற காசு, அப்பிடிச் செய்யத்தான் மனசு வரும்.

செல்வம்:

ஒரு நாளைக்கு மாட்டிக்குவோம்னு தோணுதா?

பெரியவர்:

தோணாது. லஞ்சம் வாங்குறவன், சூதாடி, திருடன் இந்த மூணு பேருமே ஒண்ணுதான். மொதல்ல ரெண்டொரு தடவ ரொம்ப ஜாக்கிரதயாதான் இருப்பாங்க. அப்புறம், இனிமேதான் நாம பிடிபடப் போறமா, பிடிபட மாட்டோம்னு ஒரு தைரியம் வந்துடும்.

செல்வம்:

அது உண்மையாத்தான் இருக்கணும். இல்லேன்னா இவன் அப்படி நடந்துக்க முடியாது. 'என்னப்பா, நான் மேலே ரிப்போர்ட் செய்யவேண்டிவரும்'னு சொல்றேன். 'போய்யா, மினிஸ்டர்கிட்ட போவியா... இந்தா, ரிப்போர்ட் எழுத பேப்பர் வேணுமான்'னு ஒரு பேப்பரை எடுத்து மேலே போடுறான். ஒருவேள இவனுக்கு ரொம்பப் பெரிய எடத்துல சப்போர்ட் இருக்குமோன்னு நானே மலச்சுட்டேன். சரி... செய்றத செஞ்சு வப்பமேன்னு மேலே போனேன்.

பெரியவர்:

இந்த ஆளுகூட ரொம்பக் கஷ்டப்படுறதாதான் கேள்விப்பட்டேன்.

(செல்வம் பேசாமல் இருக்கிறான். செல்வத்தின் அம்மா இடது மேல் அரங்கிற்கு வந்து அங்குள்ள மூட்டையிலிருந்து அரிசி எடுத்து முறத்தில் போடுகிறாள். அவளுக்குப் பதிலாக அவளது பெண் காய் நறுக்குகிறாள். பெரியவர் பேப்பரைத் தொடர்கிறார். இடது மறை அரங்கில் சார், சார் என்று அழைக்கும் மருதநாயகத்தின் குரல் கேட்கிறது. அம்மா கையில் முறத்துடன் கொஞ்சம் முன்னால் வந்து அங்கே பார்க்கிறாள். செல்வமும் பெரியவரும்கூட அங்கே பார்க்கின்றனர்.)

மருதநாயகத்தின் குரல்:

சார்... சார்...

அம்மா:

(அரங்கு ஓரம் சென்று...) என்னங்க?

குரல்:

இது மிஸ்டர் செல்வம் வீடுங்களா?

அம்மா:

ஆமா.

குரல்:

இருக்காருங்களா?

அம்மா:

இருக்கானே. உள்ள வாங்களேன்.

(பின்பக்கம் திரும்பி) செல்வம் உன்னய யாரோ தேடி வந்திருக்காங்க.

(இவர்கள் எதிரே மருதநாயகம் உள்ளே வருகிறார்.)

செல்வம்:

(அடையாளம் காணமுடியாமல்) நீங்க..?

மருதநாயகம்:

என்னத் தெரியலிங்களா?

(அவரது தலை தானாகக் கவிழ்ந்து உடல் குறுகிக்கொள்கிறது.)

செல்வம்:

(மீண்டும் அவரை நிதானித்தபடி)

தெரிய...லியே?

மருதநாயகம்:

நான்தான்... மருதநா...

(அவர் தலை நிமிர்த்தி அவனைப் பார்க்கிறார். அதற்குள் அவனுக்குப் புரிந்துவிடுகிறது. அவன் வியப்பும் பரிதாபமும் கலந்த உணர்ச்சியோடு அவரைப் பார்க்கிறான். இருந்தாலும் அவன் சீக்கிரமே அவற்றிலிருந்து விடுபட்டு, மீண்டும் உள்ளே கடினம் கொள்வதை முகம் காட்டுகிறது.)

செல்வம்:

ஓகோ, நீங்களா..? எங்க வந்தீங்க?

மருதநாயகம்:

பாத்துட்டுப் போகலாம்னு.

செல்வம்:

ஏன்?

(பெரியவர் மருதநாயகத்தைப் புரியாது பார்க்கிறார்.)

மருதநாயகம்:

வயசுல நான் ஒங்க தகப்பனார் மாதிரி.

செல்வம்:

வேண்டாம். இப்பிடியொரு தகப்பனாருக்கு நான் பிள்ளையா பொறக்க வேணாம்.

மருதநாயகம்:

ஏதோ தெரியாம தப்பா நடந்துட்டேன்.

செல்வம்:

அதனால மன்னிச்சுடணுமாக்கும்? புகார வாபஸ் வாங்கணுமாக்கும்?

(அவர் பேசாமல் இருக்கிறார்.)

நீங்க செய்ற அயோக்கித்தனத்துக்கெல்லாம் 'ஏதோ தெரியாம செய்துட்டேன்'னு சொல்லிடுறது பரிகாரம் ஆயிடுமாக்கும். நீங்க ஒரு தடவையா லஞ்சம் வாங்கியிருக்கீங்க சர்வீஸ் பூராதான் வாங்கியிருக்கீங்க. வாங்குறது நீங்க ஒருத்தர் மட்டும்தானா? வாங்க முடிஞ்ச எடத்துல இருக்க எல்லாம்தான் வாங்குறான். பிடிபடுறவன் எப்பவோ எவனோ ஒருத்தன். அவனையும் ஏதோ தப்பா நடந்துட்டேன்னு சொல்றதுக்காக விட்டுட்டா நாடு உருப்பட்டுப் போயிடும்.

மருதநாயகம்:

நான் கொழந்த குட்டிக்காரன் தம்பி. பிள்ளைங்க எல்லாம் படிச்சிட்டு இருக்காங்க. பையன் ஃபைனல் இயர் படிக்கிறான்.

செல்வம்:

யாருக்குத்தான் கொழந்த குட்டிக இல்ல... யாரு பிள்ளைங்கதான் படிக்கல?

மருதநாயகம்:

இந்தக் குற்றத்துக்கு நான் மரண தண்டனை அடையலாமா தம்பி? (செல்வம் கொஞ்சம் திகைக்கிறான்) நான் அதைத் தவிர எல்லா தண்டனையையும் அனுபவிச்சிட்டேன்.

செல்வம்:

(மீண்டும் கடுமையை வரவழைத்துக் கொண்டு...) அதெல்லாம் கண்டதைச் சொல்லிக்கிட்டு இருக்காதீங்க. நான் எழுதித் தரமாட்டேன். நீங்க அன்னிக்கி ஒன்னால முடிஞ் சத செஞ்சுக்க போன்னு சொன்னீங்க. என்னால

முடிஞ்சத செஞ்சுட்டேன். அன்னிக்கு என்ன தைரியத்த வச்சுச் சொன்னீங்களோ அந்த தைரியத்த வச்சுதான் பொழைக்கணும்.

மருதநாயகம்:

அப்பிடியெல்லாம் எந்தத் தைரியமும் கிடையாது தம்பி. வெறும் திமிர்லதான் அப்பிடிப் பேசினேன். இப்ப நீங்க எழுதித் தரலேன்னா நான் வீட்டுக்குப் போகமுடியாது.

செல்வம்:

அதனால் எங்களுக்குக்கென்னா?

மருதநாயகம்:

என் கொழந்தைங்க பட்டினி கெடக்குது.

பெரியவர்:

போவுது. எழுதிக்கொடேன் செல்வம்.

செல்வம்:

நீங்க பேசாம இருங்கப்பா. இவங்களுக் கெல்லாம் இரக்கப்படுறது, எந்த அர்த்தமும் கெடையாது.

(மருதநாயகம் யாரும் எதிர்பாராதபடி திடீரென்று செல்வத்தின் காலில் விழுகிறார். எல்லாரும் மின்னலாகத் திடுக்கிடுகின்றனர்.)

மருதநாயகம்:

எங்க குடும்பத்துக்கு நீங்கதான் தெய்வம்.

செல்வம்:

(பதறி எழுந்து விலகி, கத்தாத குறையாக...) என்னங்க இது... எந்திரிங்க, எந்திரிங்க!

பெரியவர்:

(பாய்ந்து அவரைத் தூக்கியபடி...) ஐயையோ! என்னா இப்படிச் செய்துட்டீங்க..? எந்திரிங்க!

(தூக்குகிறார். மருதநாயகம் எழுந்து நிற்கிறார்)

அம்மா:

நீங்க இவ்வளவு பெரிய மனுஷனா இருந்துகிட்டு இப்பிடிச் செய்யலாமா? எந்தப் பாவத்த என் பிள்ளை தலையில் போட வந்தீங்க!

அக்கா:

செல்வம், மொதல்ல எழுதிக்குடுடா... போடா.

(செல்வம் மேஜையிடம் சென்று ஒரு தாள், வைத்து எழுதும் அட்டை, பேனா இவற்றை எடுத்துக்கொண்டு வந்து பழையபடி உட்கார்ந்து எழுத ஆயத்தம் செய்கிறான்.)

செல்வம்:

(மருதநாயகத்திடம்...) என்ன எழுதணும்?

பெரியவர்:

(மருதநாயத்திடம் உட்கார நாற்காலியைக் காட்டி...) இதுல உக்காந்து சொல்லுங்க.

மருதநாயகம்:

பரவாயில்லீங்க.

(செல்வம் அவரை நிமிர்ந்து பார்க்கிறான். எண்சாண் உடம்பையும் ஒரு சாண் ஆக்கி அவர் கூனிக்குறுகி நிற்பதைக் கண்டு, அவரை தான் அளவுக்கு அதிகமாக அவமானப்படுத்தி விட்டதாக உணரும் அதிர்ச்சியில் சற்று எழுந்து, அவரைப் பார்த்தபடியே மூளையின் நரம்புகள் செயல் இழந்துவிட்டதைப் போல நிற்கிறான்.)

பெரியவர்:

ஏன், எழுது செல்வம்.

செல்வம்:

(இன்னமும் அந்த நிலையிலிருந்து விடுபடாமல் அனிச்சையாக...) ம்..?

பெயரிவர்:

ஏன் செல்வம்?

(அவன் அழ ஆரம்பித்து விட்டதை அவன் தோள் குலுக்கல் காட்டுகிறது.)

பெயரிவர்:

(பரிவுடன் தோளில் தட்டிக் கொடுத்து...) ஆல் ரைட், ஆல் ரைட் எழுது.

...திரை...

காட்சி-3

முதல் காட்சியில் இருந்த அரங்கம்... இங்கொருவர் அங்கொருவராய் உட்கார்ந்து குழந்தைகள் படித்துக் கொண்டிருக்கிறார்கள்.

மரகதம்மாள் சற்றுப் பெரிய பித்தளைப் பாத்திரங்களைச் சுமந்தபடி மெதுவாக இடது நுழைவை நோக்கிப் போய்க் கொண்டிருக்கிறாள். அவள் சென்று மறைய இருக்கும் நேரத்தில் மருதநாயகம் அரங்கில் வருகிறார். அவர் ஆள் அரவம் கேட்டு மரகதம்மாள் திரும்பிப் பார்க்கிறாள்.

மரகதம்மாள்:

போனது என்னாச்சு? அது என்ன கையில்?

மருதநாயகம்:

(மேஜை அருகில் வந்துகொண்டே முணுமுணுப்பாக...) ம்... வாழ்க்க!

மரகதம்மாள்:

(அவர் சொல்வது விளங்கவில்லையென்று...) இத வச்சுட்டு வர்றேன்.

(அவள் உள்ளே போகிறாள்.)

மருதநாயகம்:

(தானாக...) வாழ்க்க. மானம் கெட்ட வாழ்க்க!

(சீதா அவரை ஆச்சரியத்தோடு நிமிர்ந்து பார்க்கிறாள். அவர் கொண்டு வந்த தாளை மேஜையில் போட்டுவிட்டு நாற்காலியில் உட்காருகிறார்.)

மரகதம்மாள்:

எங்கப் போனீங்க? என்னா பேப்பர்?

மருதநாயகம்:

பேப்பரா? வேலக்கி மறு உத்தரவு.

மரகதம்மாள்:

(சந்தோஷமாக..) மறுபடி வேல கெடச்சுடுச்சா! என்னங்க இது? ஆச்சரியமா இருக்கு. அதெப்படி சொன்ன மாதிரியே ஒரே நாளில் வாங்கிட்டீங்க? அதென்ன எடம் அது? இப்பிடி ஒரு எடம் இருக்கப்ப மொதல்லயே போயிருக்கக் கூடாது?

(அவர் ஒன்றும் பேசாமல் அவளையே தீர்க்கமாகப் பார்க்கிறார். அவள் மேஜைமேல் கிடக்கும் தாளை எடுத்துப் படிக்கிறாள்.)

இதுல என்னமோ யாரோ எழுதிக் குடுத்த மாதிரியில்ல இருக்கு?

மருதநாயகம்:

ஆமா.

மரகதம்மாள்:

என்னது? யாரு எழுதுனது?

மருதநாயகம்:

தெரியல? புகார் கொடுத்தவன் (திருத்தி) கொடுத்தவரு எழுதியிருக்காரு... நமக்குச் சாதகமா.

(சிறிது சந்தேகமாக) இது போதுமா?

மரகதம்மாள்:

போதும். (சிறிது விட்டு) இதுக்கு மேல மருத டிபார்ட்மென்ட்ல கொஞ்சம் வேல செஞ்சாப் போதும்.

மரகதம்மாள்:

யார வச்சு எழுதி வாங்குனீங்க? (அதை மேஜை டிராயரில் பத்திரமாக வைக்கிறாள்.)

மருதநாயகம்:

ரொம்ப பெரிய மனுஷன் ஒருத்தன வச்சு. (அவர் சட்டையைக் கழற்றிடி தாங்கியில் மாட்டுகிறார்.)

மரகதம்மாள்:

அது யாரு அவ்வள பெரிய மனுஷன்? (சொல்லிக் கொண்டே இடது வாயில் அருகில் வருகிறாள்.)

மருதநாயகம்:

    ம்...

(அப்போது ராஜு வேகமாக உள்ளே நுழைகிறான். வந்த வேகத்தில் அம்மாவை பார்க்கிறான்.)

ராஜு:

    (ஆத்திரமாக) அப்பா வந்துட்டாராம்மா?

மரகதம்மாள்:

    (வியப்போடு) வந்துட்டாரே..! ஏன்? தோ இருக்காரே.

    (ராஜு அவரைப் பார்த்ததும் ஒரு கணம் தயங்குகிறான். ஆனால் உடனே தன் நிலைக்கு மீள்கிறான்.)

ராஜு:

    (அவரிடம் கொஞ்சம் முன்னால் வந்து) சாயந்திரம் எங்கே போயிருந்தீங்க?

    (அவர் பேசாமல் இருக்கவே)

    சொல்லுங்க. எங்கே போயிருந்தீங்க?

மருதநாயகம்:

    (நிதானமாக)

    நீ கேள்விப்பட்ட எடத்துக்குத்தான். :

ராஜு:

    ஒங்கள புகார் செய்தவன் வீட்டுக்குத்தான?

மருதநாயகம்:

    ஆமா.

ராஜு:

    எதுக்குப் போனீங்க? அவன் கொடுத்த புகார வாபஸ் வாங்கச் சொல்லிக் கேக்கத்தானே?

மருதநாயகம்:

    ஆமா

ராஜு:

    அவனச் சம்மதிக்க வைக்க என்னா செய்தீங்க?

(அவன் குரல் உயர்ந்து கொண்டே போய்ப் பதறுகிறது)

மரகதம்மாள்:

(மகன் நிலையைக் கண்டு...)

அப்பிடி என்னடா நடந்துச்சு, இப்பிடிப் பதர்றே?

மருதநாயகம்:

நீ எதக் கேள்விப்பட்டு இவ்வளவு ஆத்திரப்படுறியோ அதத்தான் செஞ்சேன்.

ராஜு:

ஓகோ, மீச மொளைக்காத அந்தப் பொடிப்பய கால்ல விழுந்துட்டு வந்து வீறாப்பு வேறயா?

மரகதம்மாள்:

என்னா கால்ல விழுந்தாரா? (விக்கித்துப் பேசுகிறாள்). :

ராஜு:

ஆமாம்மா. அவன் எழுதித் தரமாட்டன்னானாம். இவரு அவன் கால்ல விழுந்தாராம். குடும்ப மானத்தையே ஏலம் போட்டுட்டு வந்திருக்காரும்மா. இதவிடப் பேசாம தூக்குப் போட்டுகிட்டு தொங்கியிருக்கலாம்.

மருதநாயகம்:

(ஆவேசம் வந்தவராக எழுந்து...)

என்னடா சொன்னே? தூக்குப் போட்டுக்கிட்டு தொங்கியிருக்கலாமா? சரிடா. பிராயச்சித்தம் இருக்கு. நான் செய்துட்டு நீங்க மானரோசம் உள்ளவங்க என் செய்வீங்கன்னு பாக்குறேன்.

(விரைந்து எழுந்து அதன் டிராயரை இழுத்து தான் கொண்டுவந்த தாளை எடுக்கிறார்...)

இத வாங்கத்தானே கால்ல விழுந்தேன். இதத் கிழிச்சு எறிஞ்சுடுறேன். சரியாப் போயிடுமில்ல.

(அதை அவர் கிழிக்கப்போகிறார். மரகதம் எட்டித் தடுத்து அவர் கையைப் பிடித்துக் கொள்கிறாள்.)

மரகதம்மாள்:

இன்னம் ஒரு பைத்தியக்காரத்தனத்த செய்யாதீங்க.

மருதநாயகம்:

பாருடா. இழந்த மானத்த மானசீகமா சரிக்கட்டுறதுகூட இவளுக்குப் பைத்தியக்காரத்தனமா தெரியுது. மானம், ரோசம், நீதி, நேர்மை சின்னப்பய ஒனக்கென்னடா தெரியும். வாழ்க்க நீ படிச்ச ரெண்டு மூணு நீதிநூல் புஸ்தகம் இல்லடா . என் மானம் இப்பத்தானாடா போச்சு. என்னிக்கு வேலையில் சேந்தேனோ அன்னியில் இருந்து போய்க்கிட்டு தாண்டா இருக்கு. ஒரு பொடிப்பய மேலதிகாரியா வந்துட்டோம்னு பதினஞ்சு வயது மூத்த என்ன, செறைக்கப் போறதுதானேன்னு கேட்டு வருசம் பத்து ஆச்சுடா. அதயெல்லாம் இந்தக் குடும்பத்துக்காகத் தாண்டா பொறுத்துக்கிட்டேன். இன்னிக்கும், இதயும் இந்தக் குடும்பத்துக்காத்தாண்டா செய்தேன். இந்தக் கொழந்தைங்க பிச்ச சோத்துக்குப் போன மாதிரி அவங்க பெரியம்மா வீட்டுக்குப் போயிட்டு அதுவும் கெடைக்காமத் திரும்பிவந்து அந்த வெ யில்ல நின்னதுகளே, அதப் பார்க்கச் சகிக்காம தாண்டா செஞ்சேன். லஞ்சம் வாங்குறாரு லஞ்சம் வாங்குறாருன்னு முணுமுணுப்பியே, அதே நேரத்தில் இவரு சம்பளத்துல நம்மால எப்பிடி இன்ஜினியரிங் காலேஜ்ல படிக்க முடியுதுன்னு எப்பவாச்சும் யோசித்துப் பாத்துருக்கியா? இப்பவும் ஒண்ணும் மோசமில்ல. இந்தா (தாளை மேஜையில் எறிகிறார்) நீங்க அவ்வளவு மானரோசம் பாக்குறவங்களா இருந்தா இதக் கொளுத்திப் போட்டுடுங்க. ஆனா எங்கிட்ட ஒரு பைசா கேக்காதீங்க. ஆமா, ஒரு பைசா கேக்காதீங்க. அவர் உள்ளே போகிறார். இவர்கள் மலைத்து நிற்கின்றனர்.

...திரை...

அங்கம்-2

ஓர் ஒற்றையறை அரங்கம்... 3 சோபாக்கள்.

நல்ல விசாலத்தில் போடப்பட்டுள்ளன. அவற்றுக்கு நடுவே ஒரு பெரிய டீபாயும் அதன்மேல் மதுப்புட்டி ஒன்றும், இரண்டு மூன்று காலி கண்ணாடி டம்ளர்களும் உள்ளன. நேர் எதிர் சோபாவில் ஒருவரும் (பிரபல வாரப் பத்திரிகையொன்றின் ஆசிரியர் பரஞ்ஜோதி) வலது சோபாவில் ஒருவரும் (அவரது நண்பர் ரமணி) உட்கார்ந்திருக்கின்றனர். இடது மேல் அரங்கில் சுவர் ஓரம் சுவரில் இருக்கும் ஓவியம் ஒன்றை ஒரு நபர் (பரஞ்ஜோதியின் இன்னொரு நண்பர் முத்துசாமி) பார்த்துக் கொண்டிருக்கிறார்.

பரஞ்ஜோதி:
    (எதுக்களிப்பை அடக்கி...) வெயிட்டர்..!

(மறை அரங்கில் 'எஸ் சார்' என்னும் வெயிட்டரின் குரல் கேட்கிறது. பிறகு நான்கு நொடிகளில் வெயிட்டர் வலது நுழைவு வழியாக அரங்கில் வருகிறான்.)

வெயிட்டர்:
    (பரஞ்ஜோதியிடம் வந்து...) சார்..?

பரஞ்ஜோதி:
    இன்னம் ஒரு ஸ்காட்ச் கொண்டா.

ரமணி:
    இன்னம் எதுக்கு?

பரஞ்ஜோதி:
    நான் எப்பவும் அப்படித்தான் எப்பவாவது ஒரு தடவை வச்சுக்கறது. பிடிக்கறதும் வசமா பிடிச்சுடறது. (வெயிட்டர் போகிறான்.)

ரமணி:
    (நின்று கொண்டிருக்கும் முத்துசாமியைப் பார்த்து...) என்னமோ சொல்லிக்கிட்டு

இருந்தீங்களே. (சிறிது யோசித்து) ம். இப்பெல்லாம் (பரஞ்ஜோதியைக் காட்டி...) இவங்க பத்திரிகையத் தவறாம படிக்கிறீங்களா? ஆச்சரியம்தான்.

முத்துசாமி :
(இங்கு திரும்பாமல் இன்னும் ஓவியத்தைப் பார்த்தபடி...) காரணமாத்தான். ஒரு சமூகக் கலாசாரச் சீரழிவ நான் கண்டுக்காம இருக்க முடியாது பாருங்க.

ரமணி:
நீங்க சொல்றதப் பாத்தா இவங்க பத்திரிகைய சமூகக் கலாச்சாரச் சீரழிவோட அச்சு வடிவம்னே சொல்வீங்க போல இருக்கே.

முத்து:
(திரும்பி சோபாவுக்கு வந்துகொண்டு...) எந்தக் கோயிலுக்குப் போகலாம்?

ரமணி:
என்ன சார் பெரிய மகான்கள் எல்லாம் இதுல எழுதுறாங்க?

முத்து:
(வந்து இடது சோபாவில் உட்கார்ந்து...) அப்ப நான் தார்மீகச் சீரழிவையும் சேத்துக்குறேன். இவர்கள் பேசுவதைப் பரஞ்ஜோதி புன்னகையுடன் கேட்டுக் கொண்டிருக்கிறார். வெயிட்டர் ஒரு பாட்டிலையும் இரண்டு சோடாக்களையும் கொண்டு வந்துவைக்கிறான்.

வெயிட்டர்:
(பணிவாக...) வேற?

முத்து:
போதும்.
(வெயிட்டர் போகிறான்.)

பரஞ்ஜோதி:
(பாட்டிலைத் திறந்தபடி...) ம். நீங்க பேசுங்க. நீங்க பேசுங்க.

ரமணி:

: எனக்கென்னமோ அது அவ்வளவு தூரத்துக்கு எதையும் சீரழிச்சுடுற மாதிரி தெரியல. படங்கள் கொஞ்சம் பிளைனா இருக்கு. அத சிலபேரு ஆபாசம்னு சொல்றாங்க. எது ஆபாசம் எது ஆபாசமில்லேங்கறதுக்கு என்ன வரையறை இருக்கு சொல்லுங்க.

முத்து:

இந்தக் கேள்வியத்தான் ரொம்பப் பேரு ஒரு சௌகரியமா வச்சு காரியம் நடத்துறாங்க. நீங்களும் ரொம்பப் பேருகிட்ட இதக் கேட்டிட்டிங்கன்னு நினைக்கிறேன். பதில் சரியா கெடைக்கல போல இருக்கு. நான் சொல்றேன். இது ஆபாசம் இது ஆபாசமில்லேன்னு எந்தப் பொருளும் தனியா கெடையாது. எவன்கிட்ட எது எந்த விளைவை ஏற்படுத்துதோ அத வச்சுதான் அங்கே அந்த நேரத்துக்கு அது ஆபாசமா இல்லையான்னு சொல்ல முடியும். ஒரு உன்னதமான கலைஞன் கையில் உருவாகி ஒரு உண்மையான ரசிகன் கையில இருக்கற முழு நிர்வாணப் படம், உருவான எடத்துலயும் சரி, ரசிக்கப்படுற எடத்தலயும் சரி ரசிகனுக்காக, காச குறிக்கோளா வச்சு, ஒரு வியாபாரக் கலைஞன் போடுற கொஞ்சம் தாவணி வெலகின படமும்கூட ரெண்டு எடத்திலயும் ஆபாசம்தான். இந்த விளக்கம் ஓவியத்துக்கு மட்டுமில்ல, கதை, கவிதை, டிராமா, சினிமா எல்லாத்துக்கும்தான்னு சொல்ல வேண்டியதில்லேன்னு நெனைக்கிறேன்.

(இவர்கள் பேசிக்கொண்டிருக்கும் போதே பரஞ்ஜோதி ஒரு கிளாசில் மதுவையும் சோடாவையும் ஊற்றி முதலில் ரமணியிடம் தள்ளுகிறார். ரமணி சைகையாலேயே வேண்டாம் என்றதும் முத்துச்சாமியிடம் நகர்த்துகிறார். அவரும் மறுக்கவே தானே அருந்தத் தொடங்குகிறார்.)

ரமணி:

ஆல் ரைட் அப்பிடியே வச்சுக்குவோம். அப்ப என்னோட ரெண்டு சந்தேகங்களுக்கு நீங்க பதில்

சொல்லணும். ஒண்ணு , இவங்க பத்திரிகை யில எழுதுறவங்க காசு ஒண்ணுக்காகத்தான் எழுதுறாங்க , அதுவும் முதிராத வாசகன்கிட்ட இவங்க எழுத்து ஒரு மலின உணர்ச்சிய உண்டாக்கும்னு தெரிஞ்சுதான் எழுதுறாங்க அப்பிடிங்கறதுக்கு என்ன ஆதாரம்? ரெண்டு, பத்திரிகை நடத்துறவங்க ஒரு படத்தையோ கதையையோ வெளியிட்டதும் இது நல்ல ரசிகன் கிட்டப்போவுதா இல்ல எவனாச்சும் கிட்ட போகுதான்னு பாத்துக்கிட்டு இருக்க முடியுமா? அது சாத்தியமா?

முத்து:

பத்திரிகை எவங்கிட்ட போகுதான்னா? நாட்ல எந்தெந்த செஷன்ல எத்தினி பேரு இருக்கான். எவனெவனுக்கு என்னென்ன வீக்னெஸ் இருக்கு, அவனவனுக்கு எத எத கொடுக்கணும், அப்பிடி கொடுத்தா எவ்வளவு காசு போடுவான், இதுக்கு சர்வேயே எடுத்து வச்சிருக்காங்க சார், அப்பிடி சர்வே எடுக்கறதுல இவன் டாக்டரேட் வாங்குனவன்.

பரஞ்ஜோதி:

அப்படிப்போடு ராஜா!

முத்து:

இவன் ஒரு தடவை என்னா செய்தான் தெரியுமா? பத்துப் பன்னெண்டு காலேஜ் பையன்களைக் கூட்டிக்கிட்டு, பேட்டியோ சைகாலஜி டெஸ்டோ என்னமோ ஒண்ண சொல்லிக்கிட்டு ஒரு விலைமாது கிட்ட கொண்டுவிட்டான். இந்தப் பசங்க அவளோட கண்ணாமூச்சி வெளையாடுறத கலர் போட்டோ எடுத்துப் பத்திரிகையில போட்டான். அவ்வளவுதான். அடுத்த வாரமே எல்லா காலேஜ் ஸ்டூடன்ஸும் ஒரு அம்பது அறுபது விலைமாதுக்களும் எங்களுக்கும் சான்ஸ் வேணும்னு கேட்க ஆரம்பிச்சுட்டாங்க. இதப் பாத்துட்டு நம்ம சாந்தி சேனை கோபால் இல்ல. அவரு ஆய் ஊய்னு குதிச்சு இப்படி ஒரு அக்கிரமமான்னு பிட் நோட்டீஸ் விட்டாரு. உடனே

இவன் என்னா செஞ்சான் தெரியுமா? மறுநாளே நாலஞ்சு விலைமாதுக்களை இழுத்துக்கிட்டு போயி அவரு கிட்ட விட்டான். பேட்டி காண விடுறானாம். அதோட அவருக்கு வேற என்னென்ன செஞ்சு வச்சானோ அப்புறம் அந்த ஆளு வாயத் தெறக்கவே இல்லே.

(இதைக் கேட்டு பரஞ்ஜோதி கடகடவென்று சிரிக்கிறார். மீண்டும் கொஞ்சம் குடிக்கிறார்.)

ரமணி:

என்னா இவரு ஒங்கள இந்த வாரு வார்றாரு. நீங்க அதக்கேட்டு பாராட்டிக்கிட்டு இருக்கீங்க?

பரஞ்ஜோதி:

இவன் எப்பவுமே! அப்பிடித்தான். யாரையாச்சும் வாரிக்கிட்டுதான் இருப்பான். ஹைஸ்கூல்ல இருந்தே அப்பிடித்தான். இப்ப வடக்க எல்லாம் போய் சுத்திட்டு வந்திருக்கான். கேக்கணுமா? இன்னம் என்னென்ன சொல்றான்னு கேளுங்க. (முத்துசாமியிடம்) டேய் சொல்றா.

முத்து:

ம். கேட்டுக்கங்க. இவன் எதுக்கும் கவலப்படமாட்டான். இப்ப ஒரு அம்பது ரூபா கொடுத்தா நான் சொல்ல நினைக்கிறதையே என்னைவிட அழகாச் சொல்லுவான். இவனெல்லாம் எடிட்டராக இருக்கற பத்திரிக அது.

பரஞ்ஜோதி:

(மீதியை ஒரே மிடறில் விழுங்கிவிட்டு, தொண்டையக் கனைத்து, உற்சாகம் கொண்டவராக...) நீ என் பால்ய சிநேகிதன். பணம் வேண்டாம். திறமையை மட்டும் காட்றேன். நீ சொல்றபடியே சொல்லட்டுமா? ம்..... நீ என்ன சொன்னே? இன்னம் என்ன சொல்லணும்? நாங்க காசுக்காக எழுதுறதநிரூபிக்கணும், இல்லியா?

(அவர் எழுந்து நின்று உள்ளங்கைகளைத் தேய்த்துக் கொண்டு சிறிது யோசிக்கிறார். திடீரென்று அரைக் கோபம் போல பேசுகிறார்.)

நாங்க காசுக்காக எழுதலேன்னா எங்க எழுத்தாளனுங்க ஏன்யா பெண் வேசம் கட்டிக்கிட்டு ஆடணும்? அவன் ஏன் சேலையைக் கட்டிக்கிட்டு வாசகன் மடியில போய் உக்காந்துகிட்டு ஒரு கையில் கதையக் காட்டி, மறுகையில் சொரிஞ்சுவுட்டு நல்லா இருக்கா நல்லா இருக்கான்னு கேக்கணும். தான் விடுற புருடாவுக்கெல்லாம் இது உண்மைக்கதை, இது என்னோட அத்தைக் கதை, அம்மாயி கதைன்னு மகிமை சேக்கணும். இதெல்லாம் எதுக்கு? ரொம்ப லெட்சணமாக இந்த வாசகன் சந்தோசப் படணும்னா? எல்லாம் காசுக்குத்தான். (முத்துச்சாமியைப் பார்த்துக் கண்சிமிட்டி) என்னடா கரெக்டா சொல்லிட்டானா?

முத்து:

பிரமாதம்டா..!

ரமணி:

இப்படி என்னக் காலவாரி விடுவீங்கன்னு நெனைக்கல. ஒங்கள நம்புனா ஆளு பாதியிலயே கோவிந்தாதான்போல இருக்கு.

முத்து:

ஆமா. அதுல என்ன சந்தேகம். நீங்க என்னா, அத்தம் பெரிய எழுத்தாளர் கிரிதாரியவே பாதியில் காலவாரி விட்டவன் ஆச்சே இவன். அவரைக் கெஞ்சிக் கிஞ்சி ஒரு தொடர் நாடகம் எழுத வச்சான். அவரும் நாலு வாரம் எழுதுனாரு. ஆனா இவன் ரசிகர்கள் மண்டையில் அவரு எழுத்து ஏறல ஆகல. அது தெரிஞ்சவுடனே இவனே அவருக்கு நாடகம் எழுதுவது எப்படின்னு சொல்லிக் கொடுக்க ஆரம்பிச்சுட்டான். அவரு போடான்னு மூஞ்சியில எறிஞ்சிட்டுப் போனவுடனே, மீதி நாடகத்தையும் இவனே எழுதி, இவன் எழுதுனாதான் எப்பிடி இருக்கும்னு தெரியுமே. அவர் பேர்லயே போட்டுட்டான். எல்லாரும் அவரப் பிடிச்சு என்னய்யா ஒம் மூள இப்பிடிப் போச்சுன்னு வாங்க ஆரம்பிச்சுட்டாங்க.

ரமணி:

(பரஞ்ஜோதியிடம்) என்ன சார் நெஜமாவா?

பரஞ்ஜோதி:

இவன நீங்க நம்பலாம். பொய் சொல்ல மாட்டான். (சொல்லிவிட்டுச் சிரிக்கிறார், அவர்களும் சிரிக்கிறார்கள்). ஆனா எனக்கு அதுல உண்மையில் ரொம்ப வருத்தம்.எவ்வளவோ பிகு பண்ணி கண்டிஷன் போட்டு எழுத வர்ற பெரிய பெரிய ஆளுங்க எல்லாம், பணத்தையும் பக்கத்தையும் ஒதுக்கறத பாத்துட்டு நான் சொல்றதுக்கெல்லாம் சரிதான். இப்ப என்னான்னு தலையாட்டிட்டு போய்க்கிட்டு இருக்கப்ப இந்த ஒரு ஆளு மட்டும் தப்பிக்கிட்டா வருத்தமா இருக்காதா?

முத்து:

ஓகோ, ஒனக்கு அந்த வருத்தமா? சரி, சின்சியராத்தான் கேக்குறேன். இப்பிடி எல்லாம் திட்டம் போட்டு ஒரு மட்டமான பத்திரிக நடத்தி நீ பெர்சனலா என்ன காணப் போறே?

பரஞ்ஜோதி:

(பொதுமேடை பாணியில், கையை வெகுவாக நீட்டி முழக்கி) இந்த ஏர்கண்டிஷன் ரூம், ஸ்காட்ச் விஸ்கி, இன்னம் கொஞ்ச நேரத்தில் வரப்போற கார்ல் கேர்ள், நிம்மதியான குடும்ப வாழ்க்கை. அவ்வளவுதான். (சொல்லிவிட்டு இலங்கை வானொலியில் வருவதுபோல் பாடுகிறார்) நல்ல குடும்பம்... நலமுள்ள குடும்பம்.... நாளும் பிரீதியுடன் வாழும் குடும்பம்...

முத்து:

ஒன் குரல் ஒன்ன விடப் பயங்கரம்.

பரஞ்ஜோதி:

(அரங்கின் வலது வாயிலை நோக்கி மெதுவாக நடந்து கொண்டு) ஒரு காலத்துல நம்மக் குரலக் கேட்டு இந்த உலகமே நடுங்கணும்னு நெனச்ச ஆளு நான்.

முத்து:

இப்பவும் ஒண்ணும் மோசமில்ல. ஒன்னையக் கண்டாத்தான் இலக்கியத்துக்கு நடுக்கமும் குளிர் காச்சலும் வந்துடுதே.

பரஞ்ஜோதி:

அப்பிடியா? தேங்க்ஸ்டா.

ரமணி:

போனவாரம் மனச்சாட்சின்னு ஒரு கதை எழுதுனீங்க போல இருக்கே?

பரஞ்ஜோதி:

(நின்று) ஆமா, அத ஏன் இப்ப கேக்குறீங்க?

ரமணி:

சும்மா கேட்டேன்.

பரஞ்ஜோதி:

என்னடா இப்பிடிச் பேசுற ஆளு மனச்சாட்சியைப் பத்தியும் பேசுறானேன்னு நெனக்கிறீங்களா?

ரமணி பேசாமல் இருக்கமாட்டான். ஆனா, மிஸ்டர் ரமணி, என்னைப் போல மனச்சாட்சி உள்ளவன் எவனும் இருக்கமாட்டான்.

முத்து:

இவன் வளக்குற இலக்கியமே அதுக்கு சாட்சி.

பரஞ்ஜோதி:

(திரும்பிவந்து, சற்று உரத்து கோபம் போல) நான் எப்பவாவது இலக்கியம் வளக்குறதா யார்கிட்டயும் சொல்லியிருக்கனா? என் மனச்சாட்சியையும், இலக்கியத்தையும் நான் செய்ற வேலையையும் போட்டுக் குழப்பாதே. நான் உன்னதமான ஒரு குடும்பத்தலைவன். ஒரு விசுவாசமுள்ள வேலைக்காரன். இதுல பழுது இருந்தா சொல்லு. என் குடும்பத்த நான் நல்ல முறையில் போஷிக்க வேண்டியிருக்கு. அதுக்காக வேல பாக்குறேன். என் முதலாளி ஒரு வியாபாரம் நடத்துறாரு.

பிரிண்டிங் இண்டஸ்டிரி. அத நான் நிர்வாகம் பண்றேன். அவ்வளவுதான். இந்த ஹோட்டலும் எங்க முதலாளியோடதுதான். இத எந்த நோக்கத்துக்காக நடத்துறாரோ அதே நோக்கத்திற்காகத்தான் இந்தப் பத்திரிகையையும் நடத்துறாரு. லாபம். லாபம் மட்டும்தான் அவரோட குறிக்கோள். நான் அதுக்கு கியாரண்டி சொல்லிட்டுத்தான் இந்த வேலைக்கி வந்திருக்கேன். சம்பளம் வாங்குறேன். இந்த ஹோட்டலுக்குச் சூதாடி வரலாம். குடிகாரன் வரலாம், சோரம் போரவ வரலாம். ஸ்திரி லோலன் வரலாம். யார் வந்தாலும் அவுங்க கேக்குறதுக்கு ஏற்பாடு செய்யவேண்டியதுதான் இந்த ஹோட்டல் மானேஜர் கடமை. அதப்போல என் பத்திரிகை யிலயும் எந்த ரசிகன் எத எதிர் பார்க்குறானோ, எதக் கேக்குறானோ அத சப்ளை செய்ய வேண்டியது என் கடமை. இதுலப் போயி இலக்கியம் அது இதுன்னு எல்லாம் இழுத்துப் போட்டுப் பேசக்கூடாது. இலக்கியம் எல்லாம் பெரிய சங்கதி. சுதந்திரம், சுபிட்சம், தன்மானம் இதுக மாதிரி. இதுகளுக்கு உள்ள விலையக் கொடுக்காம இதெல்லாம் கெடைக்காது. அதுமாதிரிதான் இலக்கியமும். அதுக்குண்டான வெலையக் கொடுக்காம அத வளர்க்க முடியாது, அப்பிடி வளக்குறேன்னு முன்வர்றது கூட எல்லாராலயும் முடியாது. அதுக்குன்னு சிலபேரு பொறந்திருக்கான். அதச் செய்யாம அவனால் இருக்க முடியாது. இல்லாம போனா நாப்பது வருஷத்துக்கு முன்னால கையில் ஐவேஜ் பூஜ்யமான ஒரு கோஷ்டி நவீனத் தமிழ் இலக்கியத்துக்கு விதை போட்டிருக்க முடியுமா? ஒரு தனிப்பட்ட ஆளு மாசம் நூத்தி அம்பது ரூபா நஷ்டத்தோட எட்டு வருஷம் ஒரு இலக்கிய பத்திரிகையை நடத்தியிருக்க முடியுமா? முந்நூறு பிரதி போட்டு பன்னெண்டு வருஷம் ஒருத்தரால எப்பிடி தாக்குபிடிக்க முடிஞ்சது? இன்னிக்கும் தன் நாவல்ல வர்ற பணத்தையெல்லாம் தன்னோட பத்திரிகையில் விட்டுக்கிட்டு இருக்க ஒரு மனுஷனால் எப்பிடி முடியுது? நாளெல்லாம் பேயா சுத்தறதுக்காக

ஒரு கம்பெனி தர்ற பணத்துல பத்திரிகையை நடத்திக்கிட்டு தன் பிள்ளைங்க காலேஜ் பீஸ் கேக்குறப்ப மட்டும் தலையைச் சொறிஞ்சுகிட்டு நிக்க ஒரு மனுஷனால எப்பிடி முடியுது? சொந்தத் தேவைக்கே நீயிழு நானிழுன்னு இருக்கப்ப பத்துப் பன்னெண்டு யங்ஸ்டர்ஸா சேந்துகிட்டு ஆளுக்கு அஞ்சு பத்துன்னு போட்டு பிட் நோட்டீஸ் மாதிரி கவி மடல் கத மடல்ன்னு எப்படி நடத்த முடியுது? அது வேற. வியாபாரம் வேற. ரெண்டயும் போட்டுக் குழப்பாதீங்க.

முத்து:

(வியப்புடன்) என்னடா இது, ஜோக் அடிச்சுக்கிட்டே இருந்தே, திடீர்னு இப்பிடி போட்டுத் தள்ளிட்டே?

பரஞ்ஜோதி:

இது திடீர்னு வந்தது இல்ல. பல நாள் யோசிச்சு, என்னையவே கேள்வி கேட்டுக் கேட்டு உருவாக்கிக்கிட்ட பதில். அத இல்வளவு அழகா வெளியில் கொண்டாந்தது (மதுவைக் காட்டி) உள்ள போன இது.

(பழையபடி வலது நுழைவாயிலை நோக்கி நகருகிறார்.)

ரமணி:

(திரும்பி) ஆனா பத்திரிகையில் எழுதறப்பஇலக்கிய வளர்ச்சிக்கு எங்கள் மகத்தான பங்குன்னு எழுதுறீங்க?

பரஞ்ஜோதி:

(போய்க்கொண்டே) அது வியாபார தர்மம். நான் இப்பப் பேசுனது மனசாட்சியின் குரல்.

ரமணி:

வியாபார தர்மமா?

பரஞ்ஜோதி:

ஆமா, பொய் வியாபார தர்மம் இல்லியா?

(அவர் உள்ளே போய்விடுகிறார், இவர்கள் ஒருவரைப் பார்த்து ஒருவர் புன்னகை செய்து கொள்கின்றார்கள்.)

ரமணி :

சரியான ஆசாமிதான்.

முத்து :

பாருங்க. பேச்சுக் குடுத்தா அலசி எடுப்பான்.

(சிறிது நேரம் அவர்கள் பேசாமல் இருக்கின்றனர். இந்த நேரத்தில் முத்துச்சாமி சிகரெட் பற்ற வைக்கிறார், பரஞ்ஜோதி பேண்டை மேலே இழுத்து விட்டுக்கொண்டே பழையபடி வருகிறார்.)

ரமணி:

(பரஞ்ஜோதி உட்கார்ந்ததும்) அப்ப மக்கள ரொம்ப தூரம் கொண்டு போறதா முடிவு பண்ணிட்டிங்க. எவ்வளவு தூரம் கொண்டு போறதுன்னு ஒரு லிமிட்டாவது வச்சிருக்கீங்களா?

பரஞ்ஜோதி:

லிமிட்டா? அதெல்லாம் முடியாது. என்னக்கி மக்கள முன்னேத்துறத நிறுத்துறமோ அன்னிக்கே எங்க பத்திரிகையும் நின்னு போயிடும். எல்லைகள மீறி சரக்குகளக் குடுக்கறதுதான் எங்க வியாபார ரகசியம். ஒரு புது சங்கதி மூணு வாரத்துக்குத்தான எங்க ரசிகனுக்குத் தாங்கும். அப்புறம் அதையும் தாண்டி வேற ஒன்னக் கொடுக்கலேன்னா போர்னு பத்திரிகையக் கீழப் போட்டுடுவான். அதனால புதுசு புதுசா கொடுத்துக்கிட்டுதான் இருப்போம், சட்டத்தின் கையில் அகப்படாம எவ்வளவு கொடுக்க முடியுமோ அதக்கொடுத்துக்கிட்டுத்தான் இருப்போம்.

ரமணி:

(முத்துச்சாமியிடம்...) அப்ப இவங்களத் தடுக்கணும்னா ஒரு சர்வாதிகாரியே வரணும் போல இருக்கு.

முத்து:

அதுவும் இவங்க பிரெய்ன் வாஷ் பண்ண முடியாத சர்வாதிகாரியா வரணும்.

(வெயிட்டர் உள்ளே வந்து பரஞ்ஜோதியிடம் ஒரு சீட்டைக் கொடுக்க, பரஞ்ஜோதி அதைப் பார்த்துவிட்டு புன்னகை செய்கிறார்.)

பரஞ்ஜோதி:
: அது அப்ப நீங்க பொறப்படலாம்.

முத்து:
: என்னடா திடீர்னு வெரட்டுறே?

ரமணி:
: ஓ, ஆளு வந்தாச்சாக்கும்.

முத்து:
: (புரிந்து கொண்டு) நாங்க ஆளப் பாத்துட்டுப் போறமே.

பரஞ்ஜோதி:
: அதுதான்டா ஆபத்து. அனுபவிக்கிறதுகூட சுலபம். ஆளத் தெரிஞ்சுக்கிறதுதான் கஷ்டம். ஏன்னா வர்றது பிராஸ்ட்டிடியூட் இல்ல, காள் கேர்ல்.

முத்து:
: (எழுந்தபடி) அப்ப நாம் அடுத்த வாரம் பாப்பமா?

பரஞ்ஜோதி:
: ஓ.கே. (திடீரென்று) நோ நோ... அடுத்த வாரம் எனக்கு வேல இருக்கு, பையன் அமெரிக்கா போற விசயமா மினிஸ்டரப் பாக்கணும்.

முத்து:
: அமெரிக்காவுக்கு என்ன விஷயமா?

பரஞ்ஜோதி:
: மேல் படிப்புக்கு...

முத்து:
: சரி வர்றோம்.

(ரமணியும் முத்துச்சாமியும் புறப்பட்டு இடது நுழைவு வழியாக வெளியேறுகின்றனர். பரஞ்ஜோதி பேண்ட்டிலிருந்து ஒரு சீப்பை எடுத்துத் தலையைச் சீவிக் கொள்கிறார்.)

...திரை...

அங்கம்-3

அரங்கு ஒற்றையாக இருக்கிறது. இது யாரோ வசதியானவன் இருப்பிடமென்று தெரிகிறது. மேல் அரங்கில் சுவரோரம் வலது மூலையில் ஒரு சோபாவும், இடது மூளையில் ஒரு கட்டிலும் இருக்கின்றன. கட்டிலின் முன் ஒரு ஸ்டூல்... சோபாவுக்கும், படுக்கைக்கும் நடுவில். இது இதற்காகவே செய்யப்பட்டது என்று தெரியும். ஒரு உயரமான ஸ்டூலின் மேல் ரேடியோ இருக்கிறது. நடு அரங்கின் வலது கோடியில் ஒரு மேஜையும், நாற்காலியும் இருக்கின்றன. அரங்கில் ஒளி இயல்பாக இள மஞ்சளாக இருக்கிறது.

மேஜையின் மேல் லேசாகச் சாய்ந்து ஒரு மனிதன் கையிலிருக்கும் கப் அண்ட் சாசரில் ஏதோ குடித்துக் கொண்டிருக்கிறான் அவனுக்கு வயது ஐம்பதிலிருந்து ஐம்பத்திரண்டிற்குள் இருக்கும். உடலும் உடைகளும் அவன் நல்ல செழுமையான ஆள் என்பதைக் காட்டுகிறது. ஆனால் முக பாவம் அதற்கு எதிரான சோகத்தில் இருக்கிறது. ரேடியோவில் ஒரு தமிழ்த் திரைப்படப் பாடல் ஒலித்துக் கொண்டிருக்கிறது. அது முடிந்ததும் அறிவிப்பு வருகிறது.

ரேடியோ அறிவிப்பு:

நேயர்கள் இதுவரை கேட்டது... திரைப்படப் பாடல்கள். இதனுடன் எமது காலை நிகழ்ச்சிகள் முடிவடைகின்றன. எமது அடுத்த ஒலிபரப்பு பகல் பன்னிரெண்டு மணிக்கு ஆரம்பமாகும். நேயர்களுக்கு வணக்கம்.

(இதையடுத்து ரேடியோ வெறுமனே இயங்கும் மெதுவான சப்தம் கேட்கிறது. இந்த மனிதன் கப் அன் சாசரை மேஜைமேல் வைத்துவிட்டு ரேடியோவை நோக்கிப் போகிறான். இப்போது பின்னணியில் ஒலி கேட்கிறது.)

ஓர் ஆண் குரல்:

(ஆத்திரமாக...) இப்ப நீ பணத்தத்தரப்போறியா? இல்லியா?

மற்றொரு ஆண் குரல்:

திரும்பத் திரும்பக் கேட்டா குடுக்காத பணம், குடுத்ததா ஆயிடுமா?

முதல் குரல்:
அதெல்லாம் பேசாத. தரப்போறியாஇல்லியா?

மறு குரல் :
இன்னம் நான் பேசத் தயார்ல இல்ல.

முதல் குரல்:
(முடிவாக என்பது போல்...) தரப்போறியா, இல்லியாடா?

மறு குரல்:
மரியாதையா பேசணும்.

முதல் குரல்:
(அதிரும் குரலாக) தரப்போறியா, இல்லியாடா?

மறு குரல்:
மொதல்ல நீ வெளியே போ.

முதல் குரல்: என்னடா சொன்னே? வெளியே...

(அடுத்து, துப்பாக்கிக் குண்டுகள் வெடிக்கும் சப்தம் மூன்றுமுறை கேட்கிறது. தொடர்ந்து ஒரு பெண் குரல் கிரீச்சிடும் ஒலி. இங்கே இந்த மனிதன் இந்த ஒலிகளால் நிறுத்திவிட்டு வெறுமனே கொஞ்ச நேரம் அதன்முன் நிற்கிறான். அவன் முகபாவம் மட்டும் அவன் மேலும் அதிகமாகச் சிந்தனையும் சோகமும் கொள்வதைக் காட்டுகிறது. அவன் முகத்தில் விழும் ஒளி, இதைக் கண்டுகொள்ள உதவுகிறது. அவன் சென்று சோபாவில் உட்காருகிறான். பின்னணியில் ஒரு கார் விர்விர்ரெனப் பாய்வதும், திரும்புவதும் பின் பறப்பதுமான ஒலி கேட்கிறது.

ஸ்பாட் லைட்டுகள் இளம் நீலத்தில் அரங்க நுழைவுகளில் அங்குமிங்குமாக அடுத்தடுத்து 5 இடங்களில் 2 அடி விட்டத்தில் விழுகின்றன. அவை விழும்போது ஒவ்வொரு இடத்திலும் ஒரு மனித உருவம் தலையை மட்டும் நீட்டி எட்டிப் பார்ப்பது தெரிகிறது. அந்த உருவங்களில் ஒன்று பெண்ணாக இருக்கிறது. அது கருப்புச் சேலையும் வெள்ளை ஜாக்கெட்டும் அணிந்திருக்கிறது. ஆண் உருவங்கள் வெள்ளை பேண்ட்டும் வெள்ளைச் சட்டையும் அணிந்திருக்கின்றன.)

உருவம் 1:

(அந்த மனிதனைப் பார்க்காமல், பொதுவாக...) வரலாமா?

உருவம் 2:

(எதிர்த்திசையிலிருந்து...) வரலாமா?

உருவம் 3:

(ரகசியம் போல...) வரலாமா?

உருவம் 1:

(கொஞ்சம் முன்னாள் வந்து...) சரி வருவோம். நம்மள வேணான்னு அவரு ஏன் சொல்லப்போறாரு. நம்மள விட்டா அவருக்கு வேற துணை யாரு?

உருவம் 2:

அது சரி, வேற கதிதான் யாரு?

உருவம் 3:

அது சரி, அது சரி.

(அவர்கள் எல்லாரும் அரங்கின் நடுவில் வருகின்றனர். அரங்கம் முழுக்க நீல நிறமாகிறது, அவர்களில் ஆண்கள் எல்லாம் ஒரே ஸ்டைலில் வருகின்றனர். பெண் அவள் பாணியில் வருகிறாள். ஆனால், அவள் இந்தக் கூட்டத்தில் சேர்ந்தும் கொஞ்சம் தனித்தே இருக்கிறாள். இவர்கள் இவ்வளவு பக்கத்தில் வந்தும் வர்களுக்கும் அந்த மனிதனுக்கும் எந்த சம்பந்தமும் இல்லாத ஒரு நிலை இருக்கிறது.)

உருவம் 1:

இப்ப நாம என்ன செய்யலாம்? (எல்லாருமே தனித்தனி பாணியில் யோசிக்கின்றனர்.)

உருவம் 2:

அந்த உச்சக் கட்டத்த...

உருவம் 3:

கிளைமாக்ஸ்.

உருவம் 2:

ஆமா, கிளைமாக்ஸ அவருக்கு நடிச்சுக் காட்டலாமா?

உருவம் 1:

(கொஞ்சம் சலிப்பாக) அது பத்தாயிரம் தடவை பண்ணியாச்சு.

உருவம் 2:

அதனால என்ன? பத்தாயிரம்னாலும், இருபதாயிரம்னாலும் அது அவருக்குச் சலிக்காது.

உருவம் 4:

அலுக்காது.

உருவம் 2:

அவரு அதை விட்டாலும், அது அவர விடாது.

உருவம் 3:

அதுசரி, அதுசரி.

உருவம் 5:

(திடீரென்று அதிகாரமாக...) Then keep your position ready.

(அவர்கள் உடனே மாறி ஒரு நிலை அமைப்பில் நிற்கிறார்கள். அவர்கள் நின்ற பிறகு உருவம் 5 அவர்களில் இரண்டொருவரைத் திருத்துகிறான்.)

உருவம் 5:

(பெண் உருவத்திடம்...) நீ இப்பிடி இருக்கல, இப்பிடி இருந்தே. (அவள் இடத்தையும் நின்ற தோரணையையும் செய்து காட்டுகிறான். அவளும் அந்த இடத்தில் அதே மாதிரி நிற்கிறாள்.)

(உருவம் 2யிடம்) இடது கையில் பைய இறுக்கிப்பிடி, துப்பாக்கி அதுலதான் இருக்கு.

(உருவம் 2 தன்னைச் சரிசெய்து கொள்கிறான். இவன் தள்ளி வந்து கத்துகிறான்...) யெஸ். ஸ்டார்ட்!

(உட்காரந்திருக்கும் மனிதன் விரல்களால் நெற்றியை அழுத்திக்கொள்கிறான். உருவம் 2 ஒரு சிறிய கண் மறைப்பை எடுத்து அணிந்து கொள்கிறான். அவன் அந்த மனிதனை பிரதிபலிக்கும் போதெல்லாம் அதை அணிந்து கொள்கிறான்.

உருவம் 2:

(உருவம் 1யிடம்...) இப்ப நீ பணத்தத் தரப் போறியா, இல்லியா?

உருவம் 1:

திருப்பித் திருப்பிக் கேட்டா குடுக்காத பணம் குடுத்ததா ஆயிடுமா?

உருவம் 2:

அதெல்லாம் இன்னம் பேசாத. தரப்போறியா, இல்லியா?

உருவம் 1:

இன்னம் நான் பேசத் தயாரா இல்ல.

உருவம் 2:

(முடிவாக என்பதுபோல்...) தரப்போறியா, இல்லியாடா?

உருவம் 1:

மொதல்ல நீ வெளியே போ!

உருவம் 2:

என்னடா சொன்னே? வெளியே...

(இடது கைப்பையின் ஜிப்பை இழுத்துத் திறந்து அதிலிருந்து துப்பாக்கியை எடுத்து நீட்டுவதுபோல் நடிக்கிறான்.)

உருவம் 5:

(கத்துகிறான்) Freeze.

(எல்லாரும் உறைநிலையில் அப்படியே நிற்கின்றார்கள். பின்னணியில் நல்ல இடைவெளியோடு மூன்று குண்டுகள் வெடிக்கும் சத்தம் கேட்கிறது.)

உருவம் 5:

Yes... Action please. Slow motion.

(உருவம் 1, Slow motion-ல் முன்னால் குனிந்து அப்படியே சரிகிறான். பெண் உருவம் கிரிச்சிடுகிறாள். பின் அவளும் மயங்கிக் கீழே சாய்கிறாள். உருவம் 3ம் 4ம், உருவம் 2ஐ நோக்கி ஓரடி முன் எடுத்து வைக்கின்றனர்.)

உருவம் 2:

யாரும் நகராதீங்க. நகர்ந்தா இன்னம் மூணு குண்டு பாக்கியிருக்கு... ஜாக்கிரதை!

(உருவங்கள் 3ம், 4ம் பின்னடைகிறார்கள். உருவம்2 ஜாக்கிரதையாக பின்புறமாகவே நடந்து உள்ளே போய் விடுகிறான். அவன் சென்றதும் மற்ற உருவங்கள் சாதாரணமாக கலைந்து நின்றுகொள்கின்றனர்.)

உருவம் 3:

ஏன் சுட்டாரு?

உருவம் 4:

சொந்த மருமகனையே ஏன் சுட்டாரு?

உருவம் 5:

(அடுக்கு மொழியான லயத்தில்)

சந்தனக் கட்டிலிலே. தங்கத்தாலான தொட்டிலிலே. வீரியே, என் விழி நிறைந்தவளே! என்று யாரைச் சீராட்டி, பாராட்டி, தாலாட்டி வளர்த்தாரோ அவளின், அந்த அருமை மகளின் தாலியைப் பிடுங்கிக் குப்பையிலே ஏன் எறிஞ்சாரு?

உருவம் 4:

அப்பிடி என்னா அவருக்கு ஏழு பெண்ணுங்களா இருந்தாங்க? அவ ஒருத்திதான? அவ கலியாணத்துக்கு இவரே மூன்று லட்சம் செலவு செய்யலியா? இப்பவும் இவருகிட்ட என்ன கொஞ்சமாவா இருக்கு? அதுல ரெண்டு லட்சம் என்னா பிச்சக்காசு. இதுக்குப்போயி அவனையும் சுட்டு இவரும் தற்கொலை பண்ணிக்கப் போயிட்டாரோ!

உருவம் 5:

தற்கொலை... ஆமா தற்கொலை! அந்த சீனும் நல்லாயிருக்குமே. (உள்ளே பார்த்து...) யெஸ், கமான் கமான்.

(உருவம் 2, அரங்கில் வருகிறான். வந்து நடு நாயகமாக நிற்கிறான்.)

உருவம் 5:

ஞாபகமிருக்கா? இது தற்கொலை முயற்சி சீன்!

உருவம் 2:

(தலையாட்டுகிறான்...)

உருவம் 5:

நீ எங்க இருக்கே?

உருவம் 2:

நான் கார்ல இருக்கேன்.

உருவம் 5:

ம்... எப்பிடியிருக்கே?

உருவம் 2:

உள்ளங்கால்ல இருந்து உச்சந்தலை வரைக்கும் ஆவி பறக்குது. சதையெல்லாம் இறுகிப் புடிச்சிருக்கு. முகம் மாறிப் போச்சு. மனம் மரத்துப் போச்சு, மரணங்குற ஒரே புள்ளியை மட்டும் நோக்கிப் பாயத் தயாரா இருக்கேன்.

உருவம் 5:

யெஸ். Proceed

(அரங்கம் இருட்டாகி அவனது கால்களில் மட்டும் சிவப்பு ஒளி விழுகிறது. அவனது கால் சதைகள் இறுகி முறுக்கமடைவது தெரிகிறது. ஒலி மேலேறும்போது ஒவ்வொரு பகுதியாக இறுக்கமடைந்து வருகின்றன. ஒளி கைக்கு வரும்போது அதுவும் இறுக்கமடைந்து ஸ்டியரிங் பிடித்திருப்பது போலாகிறது. முகத்தில் பழி தீர்க்கும் குரோதவெறி தெரிகிறது.)

உருவம் 5:

சபாஷ், இப்ப என்ன செய்யறதா உத்தேசம்?

(அரங்கம் முழுவதும் பழையபடி நீல ஒளி.)

உருவம் 2:

தன்னிலையிலே இருக்கிறான்.

உருவம் 4:

இப்ப அவரால பேச முடியாது.

உருவம் 1:

அவரு இப்ப கார நூறு மைல் வேகத்தில் கௌப்பி எதாவது மரத்து மேலயோ, பாலத்து மேலேயோ மோதி அப்படியே ஜாம் ஆயிடப் போறாரு.

உருவம் 5:

அப்பிடியா... போகட்டும்!

(உருவம் 1, 'விர்' ரென்று கார் புறப்படுவதுபோலச் சத்தம் கொடுக்கிறான். உருவம் 2, காரை வேகமாகச் செலுத்துவது போல் நடிக்கிறான். உருவங்கள் 3ம், 4ம் இதுவரை உருவம் 2ன் பக்கம் நின்று கொண்டிருந்தவர்கள். ஒரு கார் தங்கள் இடையே பாய்வதைக்கண்டு தெறிப்பவர்கள்போல இருபுறமும் துள்ளி விழுகிறார்கள். இந்த மூன்று செய்கைகளும் ஒரே நேரத்தில் நடக்கின்றன. ஆனால், உருவம் 2 மட்டும் அசையாமல் அங்குதான் நின்று கொண்டிருக்கிறான். பின்னணியில், முதலில் கேட்ட கார் செல்வதும் திரும்புவதுமான சத்தம் கேட்கிறது.)

உருவம் 3:

(தெறித்து விழுந்தவன்...) அம்மாடி என்னா வேகம், என்னா வேகம்! நடுவுல எவனாவது அம்புட்டா சட்டினியாயிடுவான்.

உருவம் 5:

என்னாது... கார் போய்க்கிட்டேயிருக்கு. எதுலயுமே மோதலியே?

உருவம் 1:

இல்லே.

உருவம் 5:

ஏன்?

உருவம் 1:

முடியல.

உருவம் 5:

ஒரு மரம் கெடைக்கலியா?

உருவம் 3:

ஆயிரம் கெடச்சுது. ஆனா முடியல.

உருவம் 5:

ஒரு பாலம்.

உருவம் 3:

வந்தது... ஆனா முடியல!

உருவம் 5:

பெட்ரோல் ஊத்திக் கொளுத்தி காரோட போயிடுறது?

உருவம் 3:

அதுவும் பாத்தாரு, பெட்ரோல் டின்ன எடுத்த டிக்கிக்குள்ள கைய விட்டாரு. பெட்ரோல்கூட இருந்துச்சு. ஆனா உயிர விட முடியல.

உருவம் 5:

ஏன் முடியல?

உருவம் 3:

ஆசையா வளத்த உயிரு.

(உருவம் 2ஐத் தவிர எல்லாரும் பலமாகச் சிரிக்கின்றனர்.)

உருவம் 5:

ஆசையா வளர்த்த உயிரா? அப்ப மருமகன் உயிரு.

உருவம் 3:

அது சும்மா வளர்ந்த உயிரு.

உருவம் 5:

அன்னிக்கி ஆள் வச்சு அந்தத் தொழிற்சங்கத் தலைவனைத் தீர்த்துக் கட்டினாரே அந்த உயிரு?

உருவம் 3 :

அது தவுட்டுக்கு வாங்குன உயிரு.

உருவம் 5:

அப்புறம் கடைசியா என்னதான் செய்தாரு?

உருவம் 3:

தன்னால சாகவும் முடியாது, வீட்டுக்குப் போகவும் முடியாது. ஒடனே தூரமா இருக்க இந்தப் பிரண்டு வீட்டுக்கு வந்து சேந்துட்டாரு.

பெண் உருவம் :
> போதும். இதெல்லாம் அவரோட வேதனையத்தான் அதிகமாக்கும் அவரு மனசுக்கு இதம் தர்ற மாதிரி நாம ஏதாவது செய்யணும்.

உருவம் 1:
> அதுவும் சரிதான், என்ன செய்யலாம்?

உருவம் 3:
> ஒரு பாட்டுப் பாடலாம்.

உருவம் 4:
> என்ன பாட்டு?

உருவம் 3:
> தாலாட்டுப் பாட்டு.

உருவம் 5:
> (கையை உயர்த்தி) ஜோர்.

உருவம் 3:
> இவரு மக குழந்தையா இருந்தப்ப அவளோட அம்மா தாலாட்டுறப்ப கேட்டுச் சொக்கிப் போவாரே அந்தப் பாட்டு.

எல்லாரும்:
> (கையை உயர்த்தி) ஜோர்! ஜோர்!

(பெண் உருவம், அந்த மனிதன் இருக்கும் சோபாவுக்குப் பின்னால் நிற்கிறாள். மற்றவர்கள் இருபுறமும் நிற்கின்றனர்.)

உருவம் 5:
> (பெண் உருவத்திடம்) பாடு.

பெண் உருவம்:
> (பாடுகிறாள்)
> ஆராரோ.... ஆராரோ... ஆராரோ...

உருவம் 5:
> ம், எல்லாரும்.

எல்லாரும்:
> (உருவம் 5 உட்பட)
> ஆராரோ... ஆராரோ... ஆராரோ...

பெண் உருவம்:
> ஆரடிச்சார் நீயழுதே...

எல்லாரும்:
> ஆரடிச்சார் நீயழுதே...

பெண் உருவம்:
> அடித்தாரைச் சொல்லியழு...

எல்லாரும்:
> அடித்தாரைச் சொல்லியழு.

பெண் உருவம்:
> மாமன் அடிச்சானோ மல்லிகைப்பூ செண்டாலே...

எல்லாரும்:
> மாமன் அடிச்சானோ மல்லிகைப்பூ செண்டாலே...

பெண் உருவம்:
> பாட்டி அடிச்சாளோ பால் வார்க்கும் கையாலே...

எல்லாரும்:
> பாட்டி அடிச்சாளோ பால் வார்க்கும் கையாலே...

(மறுபடியும் மாமன் அடிச்சானோ மல்லிகைப்பூ செண்டாலே என்ற வரி இரு சாராராலும் மூன்று முறை சொல்லப்படுகிறது. ஒவ்வொரு முறையும் அதில் சோகத் தொனி கூடிக்கொண்டே போகிறது. பின் திடீரென்று பின்னணி இசை மாறுபட்டு உரத்த பாவனையே மாறுகிறது.)

பெண்:
> அக்கினிக் குண்டத்திலே என் ஐயா...
> நீயேன் இப்பிடிக் கால் மிதிச்சே.

எல்லாரும்:
> அக்கினிக் குண்டத்திலே என் ஐயா...

(இதன்பிறகு அவர்கள் இப்படித் திரும்பிப் பாடும்போது எல்லாரும் (பெண் நீங்கலாக) ஒருவருக்கொருவர் பக்கவாட்டில் கைகோர்த்து, அரங்கில் வரிசையாக முன்னும் பின்னும்

பக்கவாட்டிலும் நகர்ந்து கால்களை விசிறி நடந்து ஒரு Slow motion லயத்தில் இயங்குகிறார்கள்.)

எல்லாரும்:
அக்கினிக் குழம்பெடுத்து என் ஐயா...
நீயேன் இப்பிடித் தலை குளிச்சே?

பெண்:
என்ன சுகம் வேணுமின்னு... நீ
மேரு மல தாண்டி வந்தே?

எல்லாரும்:
என்ன சுகம் வேணுமின்னு... நீ
மேரு மல தாண்டி வந்தே?

பெண்:
என்ன சுகம் கிடைக்கலேன்னு... நீ
பிள்ள நெஞ்சக் குறியெடுத்தே?

எல்லாரும்:
என்ன சுகம் கிடைக்கலேன்னு... நீ
பிள்ள நெஞ்சக் குறியெடுத்தே?

பெண்:
இந்திரன் பதவி தேடி... நீ
சுத்தியது ஏழு லோகம்.

எல்லாரும்:
இந்திரன் பதவி தேடி... நீ
சுத்தியது ஏழு லோகம்.

பெண்:
பதவி கெடச்ச பின்னே... நீ
அறுத்ததோ மக தாலி.

எல்லாரும்:
பதவி கெடச்ச பின்னே... நீ
அறுத்ததோ மக தாலி.

பெண்:
அறுத்ததோ மக தாலி...

(பின் ஒவ்வொருமுறையும் சோகம் கூடிக்கொண்டே போகிறது.)

எல்லாரும்:
அறுத்ததோ மக தாலி.

பெண்:
அறுத்ததோ மக தாலி.

எல்லாரும்:
அறுத்ததோ மக தாலி.

பெண்:
அறுத்ததோ மக தாலி.

எல்லாரும்:
அறுத்ததோ மக தாலி.

உருவம் 4:
(கீழ் அரங்கில் இடது மூலைக்கு வந்து நின்று கொண்டு...) போதும் நிறுத்துங்க. என் கேள்விக்கு என்ன பதில்? சொந்த மருமகனையே அவரு ஏன் சுட்டாரு?

உருவம் 2:
(கோபமாக இங்கிருந்தபடியே...) நீ என்னா சும்மா அதைக் கேக்குற, அந்த மருமகன் வாங்குன பணத்தையே ஏன் இல்லேன்னு சொன்னான்? நீ அதக் கேட்டியா?

உருவம் 1:
அவன் ஏன் வாங்கலேன்னு சொன்னான்?

உருவம் 4:
அவன் வாங்குனாங்குறது நிச்சயம்தானா?

உருவம் 2:
அதுல என்ன சந்தேகம்?

உருவம் 5:
ஆல் ரைட், அந்தக் காட்சியையும் போட்டுக் காட்டிட்டாப் போவுது. (கைதட்டி) ஸ்டார்ட்!

(சட்டென்று அவர்கள் கலைந்து வந்து நிலை அமைப்பில் நின்று கொள்கிறார்கள்.

பெண் ஒரு முதியவளைப் போல முந்தானையை எடுத்துப் போத்திக் கொள்கிறாள். எல்லாரும் தன்னைச் சுற்றியிருக்க உருவம் 2 மிகுந்த பரபரப்போடு உலாத்திக் கொண்டிருக்கிறான். ஏதாவது செய்தாக வேண்டுமே என்கிற ஆத்திரம். ஒரு சிகரெட்டை எடுத்துப் பற்ற வைக்கிறான். கை நடுங்குகிறது. சிகரெட்டை விட்டெறிகிறான்.)

உருவம் 2:

ம்... ரவி, நீ ஒண்ணு செய்யி. இந்த டாக்குமெண்ட்ஸ் எல்லாம் நீ எடுத்துக்கிட்டுப் போயி ஒன் வீட்ல ஒளிச்சு வையி. யாராச்சும் ரெய்டு பண்றாங்கன்னு தெரிஞ்சா கொளுத்திடு. போனா பரவாயில்ல. செய்கையாலேயே ஒரு File ஐ எடுத்து உருவம் 3யிடம் தருகிறான். உருவம் 3 அதை வாங்கிக்கொண்டு எட்டப் போய் நிற்கிறான்.)

தினகரா (உருவம் 1யிடம் ஒரு பெட்டியை எடுத்துக் கொடுப்பதாக) இதுல 2 லட்சம் இருக்கு, இதை நீ கொண்டு போ, நம்ம வீடுக எதுக்கும் போகாதே. யாராச்சும் பிரண்ட்ஸ் வீட்லக் கொண்டு போயி வையி.

உருவம் 1:

சரிங்க அப்பா. (பாவனையில் பெட்டியை வாங்கிக் கொள்கிறான்.)

பெண்:

(வயதானவள் என்ற தோரணையில்) சிநேகிதகாரங்க வீட்லயா எப்படி நம்புறது?

உருவம் 2:

நம்ப வேண்டியதுதான், மீறிப் போனா போனதுதான், என்ன செய்யறது? இருந்தா இவனுக எடுத்துட்டுப் போயிடுறதுமில்லாம கேஸும் போட்டுடுவானுகளே

(உருவம் 1யிடம்) ஒண்ணு செய்யி. நீ பிரண்ட்ஸ் வீட்டுக்குப் போறப்ப இதுல பணம் இருக்குதுன்னு சொல்லாதே. ஏதோ விருந்தாளியா வந்த மாதிரி சொல்லி கொஞ்சநேரம் தங்கு. அப்புறம் கடைவீதி வரைக்கும் போயிட்டு வந்துடுறதா சொல்லிட்டு நேரா இங்க வந்துடு. வந்ததும் அவசரமா ஊருக்குத் திரும்ப வேண்டி வந்துட்டதுனால சொல்லாம

வந்துட்டதாகவும் பெட்டிய அடுத்த வாரம் வந்து எடுத்துக்கிறதாவும் சேதி அனுப்பிவிடு.

உருவம் 1:

சரிங்க அப்பா. (அவனும் பெட்டியோடு தூரப் போய் நின்று கொள்கிறான்)

உருவம் 2:

(உருவம் 4யிடம்) ம்... மாப்ள நீங்க இந்தப் பெட்டியை எடுத்துக்கிட்டுப் போங்க. இதுலயும் ரெண்டு லட்சம் இருக்கு. தினகரனுக்குச் சொன்னதுதான் உங்களுக்கும் அந்த மாதிரியே செய்யுங்க (பெட்டியைக் கொடுக்கிறார்).

உருவம் 4:

(பெட்டியை வாங்கிக்கொண்டு) சரிங்க மாமா!

பெண் உருவம் :

(உருவம் 4யிடம்) ரொம்ப நம்பகமான ஆளாப் பாத்துக் குடுங்க.

உருவம் 4:

ம்...

(அப்போது, அந்த மனிதன் சோபாவிலிருந்து எழுந்து வருகிறான். இவர்கள் உறைநிலை ஆகிறார்கள். அரங்கில் ஒளி சாதாரணமாகிறது. மனிதன் வந்து அரங்கின் வலது நடுவில் இருக்கும் ஒரு கண்ணாடி அலமாரியைத் திறந்து பிராந்தி பாட்டிலையும் மதுக்கோப்பையையும் எடுக்கிறான். பின் எதையோ தேடிவிட்டு உள்ளே குரல் கொடுக்கிறான்.)

மனிதன்:

மாதவன்... மாதவன்...

(பதில் இல்லை. கொஞ்சம் பலமாக) மாதவன்..!

உள்ளிருந்து ஓர் ஆண் குரல்:

என்னங்க ஐயா.

மனிதன்:

இங்கே வா. சில நொடிகளில் ஒரு சிப்பந்தி உள்ளே வருகிறான்.

சிப்பந்தி:

ஐயா.

...| 62 |... **நினைக்கப்படும்**

மனிதன்:

சோடா வேணுமே...

சிப்பந்தி:

இருந்துதுங்களே.

மனிதன்:

இல்ல தீந்து போச்சு.

சிப்பந்தி:

(தலையைச் சொறிந்தபடி) இன்னம் ஊருக்குள்ள போகணும்.

மனிதன்:

யாரையாவது போகச் சொல்லேன்.

சிப்பந்தி:

ம்... (திரும்பிச் செல்கிறான்)

(அவன் சென்றதும் மனிதன், அரங்கின் மேல் இடது மூலையிலுள்ள கட்டிலை நோக்கி நேராக உறை நிலையிலுள்ள உருவங்களுக்கு இடையே செல்கிறான். அப்படிச் செல்லும்படியான விதத்தில் நிலை அமைப்பு அமைக்கப்பட்டுள்ளது. அவன் அவர்களைத் தாண்டியதும் அவர்கள் உறைநிலை கலைகிறது. அரங்கில் பழையபடி நீல ஒளி விழுகிறது. மனிதன் கட்டிலில் படுத்துக்கொள்கிறான்.)

உருவம் 1:

அப்ப, அந்தப் பையன் பணம் வாங்குனதுல சந்தேகம் இல்ல?

உருவம் 4:

சந்தேகம் இல்ல. வாங்கிட்டு இல்லேன்னு இருக்கான்.

உருவம் 3:

அதுவும் எப்பிடி... சாமர்த்தியமா, ஒன்னுமே தெரியாத மாதிரி சொன்னான்.

உருவம் 4:

(ரெய்டு எல்லாம் முடிஞ்சதும் அவன் வீட்டுக்குப் போயி நாளக்கி அந்தப் பணத்தை கொண்டாந்துடுங்க மாப்ளேன்னு சொல்றாரு. அதுக்கு அவன் சொல்றான்... மிகவும் பவ்யமாக) எந்தப் பணம் மாமா?

உருவம் 2:

அதுதான் மாப்ள, ரெய்டு வந்த அன்னிக்கு கொடுத்தது.

உருவம் 4:

ரெய்டு வந்த அன்னிக்கா, எங்கிட்ட என்னா கொடுத்தீங்க?

உருவம் 1:

அப்ப அவருக்குக் கோபம் வந்துதான இருக்கும்.

உருவம் 3:

அதுசரி, அந்தப் பையன் ஏன் அப்படிச் சொன்னான்?

உருவம் 5:

தாயப்போல பிள்ளை, நூலைப்போல சேலை, மாமனாரப்போல மருமகன். பையன் மாமனாரப் போல, மாமனார் வழியிலேயே மேல வரப் பாத்துட்டான் போல இருக்கு.

(எல்லா உருவங்களும் ஒன்றுக்கொன்று பார்த்துக்கொண்டு ரகசியக் குரலில்)

உஷ்... இங்கதான் எங்கயோ விடை இருக்கு. நாம் கண்டு பிடிக்கணும்.

உருவம் 1:

நாம் இந்த மனுசன் வந்த வழியப் பாக்கணும்.

உருவம் 3:

வளர்ந்த வழியப் பாக்கணும்.

உருவம் 1:

இவரு எப்படி வந்தாரு?

உருவம் 3:

எப்படி வளர்ந்தாரு?

உருவம் 4:

ஏன் போடேன். காட்சிகளை பெறட்டிப் போடேன், வெளிச்சத்தில் போடேன்.

உருவம் 5:

யெஸ். சீன் நம்பர் ஆட்டின் ஆஸ்!

(பெண் உரு அரங்கின் நடுவில் வந்து, பிற ஆடவன் முன் பேசக் கூச்சப்படுகின்ற. நடுவயது மங்கையின் பாவனையில். உருவம் 2ன் முன் நிற்கிறாள். மற்றவர்கள் விலகி தூரப் போய் நிற்கிறார்கள்.)

பெண் உருவம்:

இந்தாங்க ஐயா, இதுல முந்நூறு ரூபா இருக்கு. (செய்கையில் தருகிறாள்.)

உருவம் 2:

(வாங்கிப் பாக்கெட்டில் வைத்துக் கொண்டே...) சரி, இத கரண்டுக்கு அட்வான்ஸா கட்டிடுறேன்.

பெண்:

கட்டுங்க.

உருவம் 2:

தங்கராசு வேற, தபால்ல என்ன எழுதியிருக்கான்?

பெண்:

எல்லாம் நல்லபடியாத்தான் எழுதியிருக்காரு. (கொஞ்சம் தயங்கி) இந்தத் தடவ ஒருவரி எதுக்கோ சேர்த்து எழுதியிருக்காரு.

உருவம் 2:

என்னா எழுதியிருக்கான்?

பெண் :

தோட்டம் வாங்கிப் பத்திரம் பதிஞ்சப்ப, ஆபீசுக்கு நீயே நேர்ல போனியா, பத்திரம் ஒன் பேர்லதான் இருந்துதுன்னு நல்லா தெரியுமான்னு கேட்டு எழுதியிருக்காரு.

உருவம் 2:

ஏன் இப்படி திடீர்னு எழுதியிருக்கான்?

பெண்:

தெரியல. இங்க இருந்து யாராச்சும் மொட்டக் கடுதாசி போட்டிருப்பாங்களோன்னு எனக்குத் தோணுது.

உருவம் 2:

இருக்கும், இருக்கும். இந்த ஊர்ல இருக்கிறவனுக

எல்லாம் பிச்சக்காரப் பசங்களும், பொறாமை புடுச்சவன்களும்தான். எழுதிப் போட்டாலும் போட்ருப்பானுக. தங்கராசும் நானும் இந்தா இவ்வளவு புள்ளையில் இருந்து சிநேகிதம். அவன் ஏதோ கடல் தாண்டிப் போயி சம்பாதிக்கிறத, என்ன நம்பிக் குடுக்கச் சொல்லி அத ஒரு மொதலு ஆக்குன்னு சொல்லியிருக்கான். நான் அவனுக்குத் துரோகம் செய்ய மாட்டேன். செஞ்சா உருப்படவும் மாட்டேன்.

பெண்:

அது சரிங்க ஐயா. ஊருன்னு இருந்தா நாலு வாயி நாலு பேசத்தான் செய்யும். நாம் சுத்தமா இருக்கப்ப, அது நம்மள என்னா செய்யப் போவுது?

உருவம் 2:

அதுசரி, இந்த நாய்கள யாரு சட்டப் பண்றா. பத்திரம் ரெண்டு நாளையில கைக்கு வந்துடும். அப்புறம் நீயே பாத்துக்கயேன்.

பெண்:

சரிங்க ஐயா, பத்திரம் பாத்துத்தான் ஒருத்தர நம்பணுமா? ஒருத்தரு பேசுற பேச்சில இருந்தே கண்டுக்க முடியாதா?

உருவம் 5:

(பிரகடனத் தொனியில்...) ஆனால் இந்தப் பேச்சு, அந்த அம்மாளின் கணவன் தங்கராசு மலேசியாவிலிருந்து திரும்ப வந்ததும் எப்படி யிருந்தது?

(இதற்குள் உருவம் 1ம், 4ம் முறையே, மேஜைமுன் இருந்த நாற்காலியையும் படுக்கைப் பக்கமிருந்த ஸ்டூலையும் கொண்டு வந்து நடுவில் போட்டிருக்கின்றனர். உருவம் 2 நாற்காலியில் உட்கார்ந்து கொள்கிறான். உருவம் 1 அரங்கில் தூரமாகச் சென்றுவிட்டுத் திரும்ப வருகிறான்.)

உருவம் 2:

அடடே தங்கராசா! வா... வா... என்னாது திடீர்ன்னு எப்ப வந்தே?

உருவம் 1:

(வந்து ஸ்டூலில் உட்கார்ந்தவாறே) ராத்திரிதான் வந்தேன். வர்றதா லட்டர் போட்டுட்டுத்தான் வந்தேன். ஆனா இந்த லட்டர் மட்டும் எப்படியோ வந்து சேராம போயிருக்கு. (இதற்குள் பெண் உருவம் அரங்கின் வலது நுழைவு வழியாக உள்ளே போகிறாள்.)

உருவம் 2:

அப்பிடியா? (உள்ளே பார்த்து) சிவகாமி... சிவகாமி...

பெண்:

இந்தா வர்றேன் (அரங்கில் வருகிறாள்.)

உருவம் 2:

(அவள் வரும் போதே...) யாரு வந்திருக்கான்னு பாரு.

பெண்:

வாங்க... வாங்க... எப்ப வந்தீங்க?

உருவம் 1:

ராத்திரிதான் வந்தேன்.

பெண்:

(அசட்டுச் சிரிப்பாக...) சௌக்கியம்தானே?

உருவம் 1:

சௌக்கியம்தான்.

பெண்:

அதென்னா, போனவரு அஞ்சு வருசத்துக்கு ஒரேயடியா இருந்துகிட்டா, இங்க அந்த அக்கா சின்னஞ்சிறுசுகள வச்சிக்கிட்டு எப்பிடிச் சமாளிக்கும்?

உருவம் 1:

எல்லாம் நீங்கள்ளாம் இருக்க தைரியம்தான்.

பெண்:

ரெண்டு வருசத்துக்கு ஒரு தடவையினாலும் வந்துட்டுப் போயிருக்கலாமில்ல.

(சொல்லிவிட்டு அவள் உள்ளே போகிறாள். இவன் உருவம் 2யிடம் பதில் சொல்கிறான்.)

உருவம் 1:

எல்லாம் பணம்தான் காரணம். ரெண்டு வருசத்துக்கு ஒரு தடவைன்னு வச்சாலும், இப்ப ரெண்டு தடவ வந்திட்டுப் போயிருந்தாலும் கொறஞ்சது நாலாயிரம் செலவாயிருக்கும். தோட்டத்துல பாதி கெணறுன்னு சம்பாதிக்கிறதுல பாதிய போகவர செலவு செஞ்சுட்டா என்ன மிஞ்சும்ன்னுதான் பல்லக் கடிச்சுக்கிட்டு இருந்துட்டேன்.

(பெண் உருவம் அப்போது இரண்டு கைகளிலும் இரண்டு டம்ளர்களில் காப்பி கொண்டு வருகிறாள். ஒன்றை உருவம் 2யிடமும் பிறகு ஒன்றை உருவம் 1யிடமும் தருகிறாள்.

உருவம் 1:

(தன்னிடம் தரும்போது) இப்பதான் குடிச்சிட்டு வந்தேன். எதுக்கு?

பெண்:

சும்மா குடிங்க. இத்தினி மைலு தண்ணி தாண்டிப்போயிட்டு இத்தினி வருசம் கழிச்சு வந்திருக்கீங்க. ஒரு காப்பிகூடக் குடிக்காட்டி எப்பிடி?

உருவம் 1:

(வாங்கிக் கொண்டே) இப்ப என்னா, இனிமே இங்கதான இருக்கப் போறேன். தினசரி குடிச்சாப் போவுது.

உருவம்:

(கொஞ்சம் காப்பி குடித்து விட்டு...)

பொழப்புக்கு என்ன... வயக்காட்டப் பாத்துக்கிட்டு, ரெண்டு மூணு பால்மாடுகளையும் வச்சுக்கலாம்னு ஒரு யோசனை.

உருவம் 2:

(சிறிது வியப்புடன்) வயக்காடா? வாங்கப் போறீயா?

உருவம் 1:

(வியப்புடனும், சந்தேகத்துடனும் யோசித்துவிட்டு...)

வயக்காடு, நாம் வாங்கியிருக்க வயக்காடுதான்.

உருவம் 2:

நாம் வாங்கியிருக்கிறதுனா?

உருவம் 1:

என்னங்க இது? நான் அவளுக்கு அனுப்பிச்ச பணத்தையெல்லாம் அவ ஒங்ககிட்டக் குடுத்து, அதவச்சு நீங்கதான் நம்ம செவா ஊருணி வயக்காட்ட வாங்கி அவ பேருக்கு கெரயம் செஞ்சு வச்சிருக்கீங்க, இப்ப நீங்களே எந்த வயக்காடுன்னு கேக்கறீங்க?

உருவம் 2:

செவா ஊருணி வயக்காடா?

(பெண் உருவிடம் திரும்பி...) என்னாடி இது கூத்தா இருக்கு. நான் இருக்கிறத எல்லாம் பொறட்டி எடுத்து ஒன் நக நட்டயெல்லாம் அடகு வச்சு அந்தக் காட்ட வாங்கியிருக்கேன். இந்த ஆளு திடீர்ன்னு வந்து இவரு பொஞ்சாதி கொண்ணாந்து எங்கிட்ட பணத்தக் குடுத்து அந்தம்மா பேருக்குத்தான் அதக் கெரயம் செய்திருக்கிறதா சொல்லுது.

பெண்:

அதான... (உருவம் 1யிடம்) இத யாருங்க ஒங்ககிட்ட சொன்னா?

(உருவம் 1 சிறிதுநேரம் தலைகுனிந்து மௌனமாக இருக்கிறான்.)

உருவம் 2:

என்ன தங்கராசு இது?

உருவம் 1:

(மௌனம் கலைந்து தீர்க்கமாக...) மொட்டக் கடுதாசி வந்தப்ப நான் நம்பல. இப்ப நம்பறதத் தவுர வேற வழியில்ல. மோசம் பண்ணிட்டீங்க!

பெண்:

யார நாங்க மோசம் பண்ணுனோம்?

உருவம் 1:

(எழுந்துகொண்டே...) பெறத்தியார் காசுக்கு ஆசப்படுறவங்க உருப்பட மாட்டாங்க. இத நெனப்புல வச்சுக்குங்க. ஆனா நான் இத விட்டுடப் போறதில்ல. சட்டப்படிப் பாத்துக்கிறேன்.

உருவம் 2:

சட்டப்படியா..? பாத்துக்க போ... போ...

பெண்:

அதுக்கு முன்னால் ஒன் பொஞ்சாதி பணத்த யாருகிட்ட குடுத்தாளோ அதக் கேட்டுத் தெரிஞ்சுக்க.

உருவம் 1:

அவளப்பத்தி ஏதாச்சும் பேசுனா உங்க நாக்கு அழுகிடும்.

(பின் தள்ளிப் போய் சாதாரணமாக நின்று கொள்கிறான்.)

உருவம் 2:

(இளக்காரமாக...) ம்! அவ பெரிய உத்தமி... இவன் பெரிய உத்தமன்... சாபம் விட்டதும் நாக்கு அழுகிடப் போவுது.

பெண்:

ஊக்கும்... (அவனைப் பார்த்துச் சிரிக்கிறாள்.)

உருவம் 2:

இன்னிக்கி நீ கோழி அடி. நாக்கு அழுகுறதுக்கு முந்தி ருசியா சாப்புட்டுக்குவோம்.

பெண்:

ஊக்கும்... (சிரிக்கிறாள்)

உருவம் 3:

(உருவம் 5யிடம்) சரிதான். நீ சொன்னது சரிதான். அப்பன் கொணம் பிள்ளக்கி எறங்கும்ன்னு சொல்வாங்க. இங்க மாமன் மாமி ரெண்டு பேத்திக் கொணமுமே மருமகனுக்கு எறங்கியிருக்கு.

உருவம் 5:

சரி... அடுத்த காட்சி. கிளாவர் ஆஸ்!

(இப்போது இதுவரை அங்கில்லாத ஒரு புதிய உருவம் 6 அரங்கில் வருகிறது. அவன் விநோதமாக தன்னையே சுற்றிக் கொண்டு வந்து உருவம் 2 ஐப் பார்த்து நிற்கிறான்.)

புது உருவம்:

(பைத்தியக்காரன் பாவனையில்) அய், பலே பரமசிவம், உன் வேலைய எங்கிட்டியே காட்டிட்டியே.

காட்டி ஜெயிச்சுட்டியே. சபாஷ், சபாஷ். நான் பாராட்டுறேன். தின்னு... எங்காசத் தின்னு, ஆப்பிள் ஜூஸ்ல தொட்டுத் தின்னு. கள்ளக்கடத்தல், பொம்பளக் கடத்தல்காரங்ககிட்டகூட ஒரு சத்தியம் உண்டு. அவன் வாடிக்கக்காரன ஏமாத்த மாட்டான். அவனையும் ஏமாத்துனா அப்புறம் அவன எவன் நம்புவான்? அதுக்காக நான் ஒன்னைய நம்புனேன். நீ அந்தச் சத்தியத்தையும் காசாக்கிட்டே. என்னையத் தெருவுல நிறுத்திட்டே. பரவாயில்ல, தின்னு.

(திடீரென்று கோபமாக...) ஆனா ஒன்னு. ஒன்னைய ஏன் அந்தக் காசத் திங்கச் சொல்றேன் தெரியுமா? ஒன் ரெத்தத்த நான் குடிக்கிறப்ப என் காசோட ஜூஸா அது இருக்கணும், ம்... (உறுமிக் கொண்டு அவன் சட்டையைப் பிடிக்கிறான்.)

உருவம் 2:

(டெலிபோன் டயல் செய்துவிட்டு...) ஹலோ... போலீஸ் ஸ்டேஷன்?

(புதிய உருவம் பழையபடி சுழன்றுகொண்டு உள்ளே போய் விடுகிறான்.)

ஆனா எங்கிட்ட மாட்ன பசங்கள்ளயே இவன்தான் புத்திசாலி. மத்தவனுக எல்லாம் பைத்தியம் புடுச்சுதான் எங்கிட்ட வந்தானுக. இவனுக்கு மட்டும் எங்கிட்ட வந்ததும்தான் பைத்தியம் புடுச்சுது.

பெண்:

(களுக்கென்று சிரித்து) இன்னிக்கும் கோழி அடிச்சுடவா?

உருவம் 2:

நீ ஒரு கர்னாடகம். ரேங்கு ஏறியிருக்கப்பவும் பழைய கோழியா? இன்னிக்கு காக்டெயில் பார்ட்டி.

(சிரிக்கிறான். அவளும் சிரிக்கிறாள்.)

உருவம் 5:

எஸ்... காட்சி மூணு. டைமன் ஆஸ்!

(பின்னணியிலிருந்து ஒரு வயதான மாதின் நடுங்கும் குரல் கேட்கிறது.)

குரல்:

பாவி! நீ நாசமாப் போயிடுவே. நல்லாயிருக்க மாட்டே. இந்த வயசுல என்னைய பிச்சக்காரியா ஆக்கிட்டியேடா. நீ உருப்புடுவியா?

பெண் உருவம்:

இன்னிக்கிக் காக்டெயில் பார்ட்டியா?

உருவம் 2:

இல்ல. பிரண்ட்ஸுக்கெல்லாம் இன்னிக்கி டின்னர்.

(சிரிக்கிறான்)

உருவம் 5:

போதும். பத்தாதா?

மற்றவர்கள்:

போதும், போதும்.

உருவம் 1:

இந்த மனுசன் வாழ்க்கையையே சூதாட்டமாக்கி, மோசடி செஞ்சே ஜெயிச்சு மேல வந்திருக்கான்.

(இதற்கு இடையில் அந்த மனிதன் கட்டிலிலிருந்து எழுந்து கீழ் அரங்கின் மூலைக்கு வந்து ஓர் ஓரத்தில் சிந்தித்தபடியே நிற்கிறான்.)

உருவம் 2:

ஆமா இந்த மனுசன் இதையெல்லாம் ஏன் செஞ்சாரு?

உருவம் 3:

விஞ்ஞானி ஆகவா?

மற்றவர்கள்:

இல்லியே.

உருவம் 1:

வேதாந்தியாகவா?

மற்றவர்கள்:

இல்லியே.

உருவம் 1:

உயிரோட சொர்க்கம் போகவா?

மற்றவர்கள்:

இல்லியே.

உருவம் 1:

பின்ன?

உருவம் 4:

பணக்காரன் ஆக.

உருவம் 1:

பணக்காரன் ஆகவா? இதுக்குத்தானா?

(எல்லாரும் சிரிக்கிறார்கள்.)

உருவம் 4:

நிறுத்துங்களேன். ஒருத்தன் பணக்காரன் ஆவுறது அவ்வளவு கேலியான விசயமா?

உருவம் 1:

பின்ன..?

உருவம் 4:

அது ஒரு சந்தோசமான விசயம் இல்லியா?

உருவம் 1:

என்ன சந்தோசம்?

உருவம் 4:

பங்களாவுல குடியிருக்கலாம்.

உருவம் 1:

ம்...

உருவம் 4:

படகுக் கார்ல போகலாம்.

உருவம் 1:

ம்...

உருவம் 4:

நெனச்சதத் திங்கலாம்... நெனச்ச மாதிரியிருக்கலாம்.

உருவம் 1:

அப்பிடியா?

உருவம் 4:

ஆமா.

உருவம் 3:

சரி, இவரு பங்களாவை, பங்களாவா நெனச்சக் கிட்டு எத்தினி நாளு குடியிருந்தார்ன்னு கேளு.

உருவம் 2:

ரெண்டு நாளு. கிரகப் பிரவேசம் செஞ்ச மொத ரெண்டு நாளு.

உருவம் 3:

சரி. அதுல மொசைக் போட்டிருந்தாரே, அது ஏதாவது உபகாரம் பண்ணுச்சான்னு கேளு. இவரு ஆத்திரமும், கோபமுமா உலாத்துனப்ப எல்லாம் ஏதாவது கொஞ்சம் கோபத்தக் கொறச்சதான்னு கேளு.

உருவம் 2:

அதெல்லாம் ஒண்ணுமில்ல. அது மேலேயும் அப்ப நான் நெருப்புமேலே நிக்கிற மாதிரிதான் நின்னேன்.

உருவம் 3:

சரி... இவரு மருமகன சுட்டுத்தள்ளப் பொறப்பட்டுப் போனாரே அப்ப இந்தப் படகுக்காரு 'வேண்டாம் மொதலாளி'ன்னு புத்தி சொல்லுச்சா.

உருவம் 2:

(உதட்டைப் பிதுக்கித் தலையைப் பலமாக ஆட்டுகிறான்.)

உருவம் 3:

இஷ்டப்படிச் சாப்டுட்டு இஷ்டப்படி இருக்கலாம்னு சொல்றியே. இவரு இஷ்டப்படிச் சந்தோசமா இருந்தாரா?

உருவம் 4:

(உருவம் 2யிடம்) இல்லியா?

உருவம் 3:

யாரோ ஒரு குறும்புக்காரன் ஒரு ஃபோன வச்சுக்கிட்டு இவர என்னா செஞ்சுட்டான்? மில்லுல

நெருப்பு பிடுச்சுக்கிட்டதா ஃபோன் வந்ததும் இவருக்கு எப்படியிருந்தது?

உருவம் 2: என் தலையே எரியிற மாதிரி இருந்தது!

உருவம் 3: ஒவ்வொரு தடவை ரெய்டு வதந்தி வந்தப்பவும் என்னா நடந்திருக்கு?

உருவம் 2: வயத்தால் ஓடியிருக்கு!

உருவம் 3: தூங்காத ராத்திரி எத்தினி? தூங்குன ராத்திரி எத்தினின்னு கேளு? கண்ட கனாவெல்லாம் என்ன?

உருவம் 2: ஒரு தடவ கனவுல எல்லாமா சேந்து என்ன அடிச்சே கொல்ல வந்தாங்க!

பெண்: சீச்சீ, என்னா காசு இது! இதுனால இல்லாதவனுக்கும் சொகமில்ல, இருக்கிறவனுக்கும் சொகமில்லே.

உருவம் 1: இல்லாதவனுக்குன்னாலும் ஒரு கவல. இருக்கிறவனுக்கு நூறு கவல. சேக்கவும் நாயா அலையிறான், காக்கவும் நாயா அலையிறான். இதுலதான் அவன் பொழுதே போவுது.

உருவம் 4: அப்ப இந்தச் சொத்தாகப்பட்டது, இல்லாதவனவிட இருக்கவனத்தான் ரொம்பப் படுத்துதா.

உருவம் 1: அதுல என்ன சந்தேகம்? இந்தப் பணம் இருக்கே, இது இல்லாதவன் கால்ல குத்துனா, இருக்கவன் தலையில் குத்துது. இவன் வயித்துல எரிஞ்சா, அவன் நெஞ்சுல எரியுது. இல்லாதவனோட எலும்பத் தின்னா, இருக்கவன் ஆத்மாவையே திங்கிது.

உருவம் 3:

கடைசியா எனக்கு ஒரு சந்தேகம்.

உருவம் 1:

என்னா..?

உருவம் 3:

காது வலிக்காரனக் கண்டா இன்னொரு காதுவலிக்காரனுக்கு அனுதாபம் உண்டாகும்... ஒரு திருடனக் கண்டா இன்னொரு திருடனுக்குப் பிரியம் உண்டாகும்ன்னு எல்லாம் சொல்வாங்க. அப்பிடியிருக்கப்ப ஒரு பெரிய ஃபிராடு ஆன இவரு சின்னப் பிராடு ஆன மருமகன ஏன் மன்னிக்க முடியாமப் போச்சு?

உருவம் 1:

ஆமா. மன்னிச்சுதான் இருக்கணும். எங்கிட்டே என் வேலையவே காட்றிங்களே மாப்ளேன்னு ஒரு புன்னகையோட மன்னிச்சுதான் இருக்கணும். ஏன் மன்னிக்கல?

உருவம் 4:

நாம் யோசிக்கணும்.

உருவம் 3:

யோசிக்கணும்.

உருவம் 5:

யோசிக்கணும்.

(எல்லாரும் யோசனையாக நடந்து கொண்டிருக்கிறார்கள் மனிதன் சென்று சோபாவில் உட்காருகிறான். சில விநாடிகள் செல்கின்றன.)

உருவம் 4:

(திடீரென்று) கண்டுபிடிச்சுட்டேன்.

(எல்லாரும் நிற்கிறார்கள்.)

கோழிக் குழம்பு, காக்டெயில் பார்ட்டி, டின்னர் விருந்து.

உருவம் 1:

என்ன இதெல்லாம்?

...| நினைக்கப்படும்

உருவம் 4:

பெரியவர் பரமேஸ்வர ஐயா அவர்கள் அனுபவித்த சந்தோஷங்கள்.

(உருவம் 2 இடம், மெதுவாக) தெரியுதுங்களா ஐயா, துப்பாக்கிக் குண்டுக்கும் கோழிக் குழம்புக்கும் நடுவுல இருக்க ஒரு முடிச்சு. (உருவம் 2 யோசிக்கிறான்...) நல்லா யோசிங்க.

உருவம் 2:

ஆமா தெரியுது.

எல்லாரும்:

(ஆவலாக...) என்னாது?

உருவம் 2:

நான் ஒவ்வொருத்தனா ஏக்கிறப்ப அந்தப் பணம் வந்ததுக்காக மட்டும் சந்தோஷப்படல. ஒருத்தன முட்டாள் ஆக்குறதுக்காகவும் சந்தோஷப்பட்டேன். அந்த சந்தோஷத்தக் கொண்டாடத்தான் கோழிக் கொழம்பு சாப்புட்டேன். பார்ட்டி வச்சேன். கொடுத்தவன் வயிறு எரிஞ்சுப் போனப்ப, அவன முன்னால விட்டுப் பின்னாலே இருந்து சிரிச்சேன். என்னப்போல ஏக்கிறவன்தான் புத்திசாலின்னு நெனச்சேன். ஏமாந்தவன எல்லாம் அடிமாடா நெனச்சேன். ஆனா என்னையும் ஒருத்தன் ஏச்சுட்டப்ப மொதல்ல எனக்கு ஒண்ணும் புரியல, புரியாம வந்துடக் கூடத்தான் செஞ்சேன். ஆனா மாடிய விட்டுக் கீழ வந்தப்ப, அவனும் என்னையப் போலவே, என்னைய முன்னால் பின்னால நாக்க நீட்டியிருப்பானோன்னு நெனச்சப்ப, அவனும் அட்டகாசமா டின்னர் பார்ட்டிக்கி ஆர்டர் கொடுத்திருப்பானோன்னு நெனச்சு என்னால தாங்க முடியல, நாலு பேத்து முன்னால நானும் ஒரு அடிமாடா? என்ன என்னையவே சகிக்க முடியல. அதுனா என்ன மறந்துட்டேன். நான் மேல போனேன் அதுக்குத் தகுந்த மாதிரி அங்க அவனும் அவன் பிரண்ட்ஸும் சிரிச்சுக்கிட்டு இருந்தாங்க அப்பறம்... அப்பறம்... அருமையா வளர்த்த மகளோட தாலிகூட கண்ல படல. சுட்டேன்!

(முழு வெறித்தனத்தோடு மீண்டும் சுட்டுக் காட்டுகிறான். பின்னணியில் வெடிச்சத்தம் கேட்கிறது. சிறிது நேரம் மௌனம்.)

உருவம் 1:
அப்ப இது தன்வினை...

உருவம் 3:
ஆமா, தன்னைச் சுட்ட வினை!

பெண் உருவம்:
ஆமா.

(மீண்டும் சிறிது ஆழ்ந்த அமைதி. அந்த மனிதன் லேசாகக் கொட்டாவி விட்டு சோபாவில் முழுக்கப் படுத்துவிடுகிறான்.)

உருவம் 4:
அவருக்குத் தூக்கம் வந்துடுச்சு. நாம போவமா?

உருவம் 5:
போவோம், போயிட்டு அவரு முழிச்சதும் வருவோம்.

உருவம் 3:
ஆமா இந்தத் தலைமறைவு வாழ்க்கையில் நம்மள விட்டா அவருக்கு வேற யாருதான் துணையிருக்கா? போயிட்டு அவரு கண்ணத் தொறந்ததும் வந்து நிப்போம்.

உருவம் 1:
எனக்கொரு சந்தேகம்.

உருவம் 3:
என்னா?

உருவம் 1:
ஒரு வேள நாமதான் அவரோட வேதனையோ..? சரியான தண்டனையோ?

உருவம் 3:
இருக்கலாம். அதுக்கு நாம் என்னா செய்றது? அவரு பெத்த பிள்ளைங்க நாம். நாம வேற எங்க போவோம்?

சரி சரி, நடங்க!

(அவர்கள் ஒவ்வொருவராகத் தாங்கள் வந்த வழியே உள்ளே போகின்றனர். ஒளி சாதாரணமாகிறது. அரங்கில் அந்த மனிதன் மட்டுமே படுத்திருக்கிறான். மீண்டும் மூன்று துப்பாக்கி வெடிச்சத்தம்! வெகு தூரத்தில் கேட்பதுபோல மெதுவாகக் கேட்கின்றன. அவன் மெல்ல அசைந்து கொடுக்கிறான்.)

...திரை இறங்குகிறது...